आनंदाचे रहस्य
सुख दु:खाच्या पलीकडे

बेस्टसेलर पुस्तक 'विचार नियम'चे रचनाकार सरश्री यांची अन्य श्रेष्ठ पुस्तकं

आध्यात्मिक विकास साधण्यासाठी या पुस्तकांचा लाभ घ्यावा

- जीवनाची दोन टोकं - ध्यान आणि धन
- रामायण वनवास रहस्य
- संत ज्ञानेश्वर - समाधी रहस्य आणि जीवन चरित्र
- अंतर्मनाच्या शक्तीपलीकडील आत्मबळ
- मृत्यू उपरांत जीवन - मृत्यू मोका की धोका
- क्षमेची जादू - क्षमेचं सामर्थ्य जाणा, सर्व दुःखांपासून मुक्त व्हा
- प्रेम नियम - प्लॅस्टिक प्रेमातून मुक्ती
- आध्यात्मिक उपनिषद - सत्याच्या साक्षीने जन्मलेल्या 24 कथा
- विज्ञान मनाचे - मनाचे बुद्ध कसे बनाल

स्वविकासासाठी या पुस्तकांचा लाभ घ्यावा

- विचार नियम - आपल्या यशाचे रहस्य
- विकास नियम - आत्मसंतुष्टीचं रहस्य
- परिवारासाठी विचार नियम - हॅपी फॅमिलीचे सात सूत्र
- इमोशन्स वर विजय - दुःखद भावना व्यक्त करण्याची कला
- स्वसंवाद एक जादू - आपला रिमोट कंट्रोल कसा प्राप्त करावा
- साहसी जीवन कसं जगाल - अशक्य कार्य शक्य कसं कराल
- समग्र लोकव्यवहार - मैत्री आणि नातं निभावण्याची कला
- सुखी जीवनाचे पासवर्ड - दुःख, अशांती आणि उद्विग्नतेच्या कैदेतून सुखाला करा मुक्त
- जीवनाची 5 महान रहस्य - प्रेम, आनंद, मौन, समृद्धी आणि परमेश्वर प्राप्तीचा मार्ग
- वर्तमान एक जादू - उज्ज्वल भविष्याची निर्मिती आणि प्रत्येक समस्येवरील उपाय

युवकांनी या पुस्तकांचा लाभ घ्यावा

- आजच्या युवा पिढीसाठी - विचार नियम फॉर युथ
- नींव नाइन्टी फॉर टीन्स् - बेस्ट कसे बनाल
- श्रीरामांकडून काय शिकाल - नवरामायण फॉर टीन्स्

या पुस्तकाद्वारे प्रत्येक समस्येचं समाधान प्राप्त करा

- स्वाथ्य प्राप्तीसाठी विचार नियम - मन:शक्तीद्वारे निरामय आरोग्य मिळवा
- स्वीकाराची जादू - त्वरित आनंद कसा प्राप्त करावा

या आध्यात्मिक कादंबऱ्यांद्वारे जीवनाचं गूढ रहस्य जाणा

- योग्य कर्मांद्वारे यशप्राप्ती - सन ऑफ बुद्धा
- शोध स्वतःचा - हरक्युलिसचा आंतरिक प्रवास
- पृथ्वी लक्ष्य - मृत्यूचं महासत्य
- दुःखात खुश राहण्याची कला - संवाद गीता

आनंदाचे रहस्य
सुख दुःखाच्या पलीकडे

सरश्री

आनंदाचे रहस्य : सुखदुःखाच्या पलीकडे

© Tejgyan Global Foundation

All Rights Reserved 2010.
Tejgyan Global Foundation is a charitable organization having its headquarters in Pune, India.

सर्वाधिकार सुरक्षित

'वॉव पब्लिशिंग्ज'द्वारे प्रकाशित हे पुस्तक अशा अटीवर विकण्यात येत आहे की प्रकाशकाच्या लेखी पूर्वअनुमतीविना ते व्यापाराच्या दृष्टीने अथवा अन्य प्रकारे उसने, भाड्याने अथवा विकत अन्य कोणत्याही प्रकारच्या बांधणीत अथवा अन्य मुखपृष्ठासह देता येणार नाही. तसेच अशाच प्रकारच्या अटी नंतरच्या ग्राहकावर बंधनकारक न करता आणि वर उल्लेखिलेल्या कॉपीराइटपुरत्या मर्यादित न ठेवता या पुस्तकाच्या कोणत्याही स्वरूपाच्या विनिमयास, तसेच कॉपीराइटधारक व वर उल्लेखिलेले प्रकाशक दोघांच्याही लेखी पूर्वअनुमतीविना इलेक्ट्रॉनिक, मेकॅनिकल, फोटोकॉपी, रेकॉर्डिंग इत्यादी प्रकारे या पुस्तकाचा कोणताही अंश पुनःप्रस्तुत करण्यास, जवळ बाळगण्यास अथवा सुधारित स्वरूपात प्रस्तुत करण्यास मनाई आहे.

प्रकाशक : वॉव पब्लिशिंग्ज् प्रा. लि., पुणे

पहिली आवृत्ती : फेब्रुवारी २०१६

पुनर्मुद्रण : जून २०१७, जुलै २०१९

ISBN : 978-81-8415-308-8

(सदर पुस्तकाच्या तेजज्ञान ग्लोबल फाउंडेशनद्वारे ५ आवृत्त्या प्रकाशित झाल्या आहेत.)

'खुशी का रहस्य' या मूळ हिंदी पुस्तकाचा मराठी अनुवाद

Anandache Rahasya: Sukh Dukhachya Palikade

By **Sirshree** Tejparkhi

समर्पित

चीनचे त्साई लुन, ज्यांनी इ. स. १०५ मध्ये कागदाचा शोध लावला.
पी शेंग आणि जर्मनीचे जोहान गुटेनबर्ग यांनी इ.स. १०४१ आणि
१४५६ मध्ये छपाईकलेचा आविष्कार घडवून ती विकसित केली.
या तिघांच्या योगदानामुळे धार्मिक पुस्तकं मोठ्या प्रमाणात छापता आली,
जी माणसाच्या दुःखावरचं पहिलं औषध ठरली.
त्या त्रिमूर्तींना हे पुस्तक समर्पित.

तीस दिवसांचे औषध, एक मात्रा, एक दिवस

दिवस १	घाबरू नका, मी केवळ दुःख नाही	
	दुःख आज खुश आहे	११
दिवस २	दुःखाचं दुरून नव्हे, जवळून अवलोकन करा	
	प्रस्तावना	१६

खंड १ — दुःखाची सात कारणं — २१

दिवस ३	मानवाचं दुःख, त्याची स्वनिर्मिती	
	दुःखाचं पहिलं कारण	२३
दिवस ४	दुःखात राहण्याची सवय	
	दुःखाचं दुसरं कारण	२७
दिवस ५	शेजाऱ्याचं सुख डोळ्यात खुपणं	
	दुःखाचं तिसरं कारण	३०
दिवस ६	दुःखाचं दुःख करणं	
	दुःखाचं चौथं कारण	३३
दिवस ७	ध्येयापासून विचलित होणं	
	दुःखाचं पाचवं कारण	३६
दिवस ८	अज्ञानात कर्म होणं	
	दुःखाचं सहावं कारण	३८
दिवस ९	माणसाचं सुख हेच त्याचं दुःख	
	दुःखाचं सातवं कारण	४१

खंड २ — दुःख निवारण्याचे सतरा मार्ग — ४३

दिवस १०	दुःखमुक्तीचं ज्ञान	
	स्वतःचा खेळ पाहायला शिका	४५
दिवस ११	पन्नास टक्के दुःख त्वरित कमी कसं कराल	
	दुःखाची समज, हाच दुःखावरील उपाय	४८

दिवस १२	उर्वरित दुःखाचं निवारण जाणून घ्या	
	ईश्वरापासून अलग-स्वतःपासून विलग	५०
दिवस १३	गर्दीत एकटं राहण्याची कला शिका	
	मनाला जिंकलं तर जिंकाल, नाहीतर हार निश्चित!	५३
दिवस १४	वर्तमानात राहायला शिका	
	दुःखमुक्त व्हा	५७
दिवस १५	दुःखाचं रडगाणं बंद करा	
	सकारात्मक विचारांची जादू	६०
दिवस १६	दुःखमुक्तीचा मार्ग-प्रार्थना	
	विश्वास आणि प्रेमाची महान शक्ती	६४
दिवस १७	दुःखमुक्तीचा सोपा नियम	
	निमित्त बना	६९
दिवस १८	दुःखमुक्ती दर्शन-शेवटचा दृष्टिकोन	
	'तो' आपणास पाहात आहे हे सदैव लक्षात ठेवा	७३
दिवस १९	ईश्वराप्रती समर्पित व्हा	
	ईश्वराशी संपर्क करण्याची पद्धत	७७
दिवस २०	हा काळही बदलेल	
	दुःखमुक्तीचं रहस्य	७९
दिवस २१	परिवर्तनात खळखळून हसा	
	ईश्वराची इच्छा जाणून घ्या	८२
दिवस २२	दुःखाचं दुःख हेच खरं दुःख आहे	
	दुहेरी दुःखापासून मुक्ती मिळवा	८५
दिवस २३	दुःखाकडे कसं बघाल	
	दुःखापासून दूर	८८

दिवस २४	दुःखावर उपाय नाही, नवा दृष्टिकोन हवा 'शिफ्टिंग' योग्य उपाय	९०
दिवस २५	आपणच आपले दुःखनिर्माता कोण जास्त क्रूर	९५
दिवस २६	सदैव खुश राहा दुःखमुक्तीचा मंत्र	९९

खंड ३ समज, समता व संतुष्टी १०३

दिवस २७	दुःखरूपी नरकापासून मुक्ती कशी मिळवाल आनंदात प्रवेश	१०५
दिवस २८	दुःखमुक्तीचा सहज मार्ग मनसोक्त आनंद लुटणाऱ्यांना शरण जा	११०
दिवस २९	दुःख आहे म्हणजे मान्यता आहे दुःख मान्यतांचा खेळ आहे	११३
दिवस ३०	दुःख म्हणजे फसवणूक, धोका तेजआनंद सत्य आहे	११६

खंड ४ परिशिष्ट १२१

१	दुःखात खुश का आणि कसं राहावं	१२३
२	अज्ञानरूपी विहिरीत दुःखाचं पाणी सर्वसमावेशक दृष्टिकोनातून पाहा	१३३
३	संपूर्ण प्रशिक्षण – हे पुस्तक वेगळं का?	१३५

या पुस्तकाचा लाभ कसा घ्याल

१. दुःखाकडून काही ऐकण्यासाठी दुःखाचं जवळून अवलोकन करणं अत्यावश्यक आहे. त्यासाठी दिवस १ व २ हे भाग वाचा.

२. ज्या घटना आज आपल्याला दुःखद वाटतात त्यांच्याकडे पूर्वी आपण ज्या दृष्टिकोनातून पाहत होता त्याच दृष्टिकोनातून पाहिलंत, तर त्या आजही आपल्याला दुःखच देतील. अर्थात त्या घटनांची जर पुनरावृत्ती झाली, तर आपणास दुःखच भोगावं लागेल. परंतु दुःखाचं कारण प्रकाशात आल्यानंतर ज्या घटना किंवा विचार आपल्याला आधी दुःख देत होत्या, त्याच आता आनंदाचं कारण बनतील. असा आनंद मिळण्यासाठी खंड १ 'दुःखाची सात कारणं' वाचा.

३. आपल्याला दुःखापासून कायमची मुक्ती हवी असेल, तर दुःखाचा शोध घ्यावा लागेल, त्यासाठी साधक बनावं लागेल. साधक बनूनच आपण दुःखद घटनांमध्येही खुश राहण्याची कला शिकू शकतो. त्यासाठी दुःख निवारणार्थ सतरा उपाय, खंड २ वाचावा लागेल.

४. दुःख प्रकाशात येताच असत्य विलीन होतं आणि सत्य उजळून येतं, हाच सत्याचा मापदंड आहे. प्रकाशात येताच जी गोष्ट गायब होऊ लागते ती पूर्वी नव्हतीच आणि जी प्रकट होऊ लागते ती आधीपासूनच होती. केवळ आपण तिच्याकडे डोळेझाक केली होती, ही समज, समता आणि संतुष्टी या पुस्तकाच्या खंड ३ द्वारे मिळवा.

५. आपल्याला कोण दुःखी करत आहे, याचे रहस्य जाणण्यासाठी दिवस २५ हा भाग अवश्य वाचा.

६. दुःखमुक्ती मंत्र प्राप्त करण्यासाठी दिवस २६ हा भाग वाचा.

७. पन्नास टक्के दुःखातून त्वरित मुक्ती मिळवण्यासाठी दिवस ११ हा भाग वाचा.

दिवस १
घाबरू नका, मी केवळ दुःख नाही

दुःख आज खुश आहे

प्रिय वाचकहो,

दुःख ही केवळ एक परिकल्पना आहे. असं दुःख जर तुमच्याशी बोलू लागलं, तर ते काय म्हणेल...

> मी न देव आहे, न देवदूत, तरीही
> माझ्या संपूर्ण दर्शनामुळे मानव खऱ्या सुखाच्या अधीन होतो
> मग मी कोण आहे?
> मी ईश्वराची हाक आहे
> मी जागृतीचा जन्मदाता आहे
> विकासाचा मंत्र आहे
> मी निमित्त आहे जगाला विकासाच्या उंचीवर घेऊन जाण्याचं
> सुखाचा जुळा भाऊ म्हणून लोकांनी मला ओळखण्याचं
> संसाररूपी सर्कशीत विदूषकासमान वागण्याचं

जगातील प्रत्येक सद्गुरूंनी माझ्या संपूर्ण दर्शनाचं माहात्म्य कथन केलं आहे. भगवान बुद्धांनी तर सतत माझ्या नावाचा जप केला होता. याचा कधी तुम्ही विचार केला आहे? कारण भगवान बुद्धांसारख्या महापुरुषानं माझ्या संपूर्ण दर्शनामुळे

निर्वाण प्राप्त केलं आणि आता मी तुमच्यासमोर हजर आहे. पृथ्वीवर तुमच्या आधी माझी रवानगी करण्यात आली जेणेकरून मी तुमचं स्वागत करावं...

माझं नाव जरी 'दुःख' असलं, तरी मानवाला दुःख देण्यासाठी माझी निर्मिती झालेली नाही. माणसानं आपलं मनन सतत चालू ठेवावं यासाठी संकेतरूपानं मी त्याच्या आयुष्यात प्रवेश करतो.

मी म्हणजे दुसरा शनीच, असं साऱ्यांना वाटतं. पण वास्तविक तसं नाही. कारण मी येतो ते पंचामृत देण्यासाठी, प्रसाद देण्यासाठी. माझी पाच बोटं अमृताप्रमाणे आहेत, हे कदाचित आपल्याला माहीत नसेल. उत्तर, फळ, शिडी, शिकवण व आव्हान ही ती पंचामृतं होत.

माझी उपस्थिती म्हणजे ज्ञानी लोकांसाठी समस्येचं उत्तर असतं, तर अज्ञानी लोकांसाठी रक्ताचे अश्रू असतात. मात्र, माझ्या काट्यांमधून ज्ञानी लोक फूल आणि फळ शोधतात, तर अज्ञानी लोक फक्त काटेच मोजत राहतात.

समजूतदार लोक माझ्या सावलीचा शिडीप्रमाणे वापर करतात. परंतु अज्ञानी लोक आनंदानं शिळसुद्धा घालू शकत नाहीत. चतुर लोक माझ्या समस्याप्रधान अनुभवांतून नवीन शिकवण प्राप्त करतात, पण मूर्ख लोक फक्त दयेची याचना करीत राहतात.

साहसी आणि धैर्यवान लोक माझ्या प्रचंड आकाराला एक आव्हान मानून असली मोती प्राप्त करतात, तर भित्रे लोक मोत्यांप्रमाणे मोठमोठे अश्रू ढाळतात. अशाप्रकारे उपाय, फळ, शिडी, शिकवण आणि आव्हान या गोष्टींचा वापर ज्ञानी लोक करून घेतात आणि शेवटी मी त्यांच्यासाठी पूजनीय बनतो.

दुःख आज खूप खुश आहे. कारण या पुस्तकाच्या रूपानं ते तुमच्यासमोर साकार होत आहे. या पुस्तकाच्या लेखकानं दुःखाचे सगळे चेहरे वाचकांसमोर

प्रस्तुत केले आहेत. निर्भय होऊन जर दुःखाचं संपूर्ण दर्शन घेतलं, तर तुम्ही दुःखाचा भाऊ असलेल्या सुखापासूनसुद्धा मुक्त होऊन जाल. दुःखाचा भाऊ 'सुख' दिसायला अतिशय सुंदर व हसतमुख आहे. परंतु आतून तो सुस्त व अतिशय धूर्त आहे. नव्हे, अमृताच्या रूपात एक गोड विष आहे.

तुम्ही जेव्हा एखादी वस्तू, स्थान किंवा नातेसंबंध यांच्या वियोगामुळे अस्वस्थ होता, दुःखी होता, तेव्हा निश्चितपणे सुखाच्या विळख्यात अडकलेले असता!

'मला हे ठामपणे सांगायचं आहे, की कुणी माझा अपमान न करता, माझ्या असण्याचा अभिमान बाळगला, तर मी त्याला स्वतःहून माझ्यापासून मुक्त करेन, कारण दुःख हेच औषध आहे. परंतु फारच कमी लोकांनी माझं हे खरं रूप (दावा) स्वीकारलंय, याचं मला दुःख आहे. तुम्ही हे पुस्तक वाचत आहात म्हणून माझं दुःख तुम्ही समजून घ्यावं, ही तुम्हाला माझी कळकळीची विनंती आहे. दुःखालाही कशाचं तरी दुःख आहे, ही गोष्ट ऐकायला जरा विचित्रच वाटते ना? पण माझं दुःख तुम्ही नक्कीच दूर कराल, ही मला आशाच नाही तर खात्री आहे. कारण मी तुमचा शुभचिंतक आहे. माझा हा दावा तुम्ही औषध म्हणून स्वीकारा आणि या औषधानं अज्ञानरूपी रोग मुळापासून नष्ट करा.'

दुःख पुढं सरसावत वाचकांना म्हणतं, 'खूप वर्षांपासून मला स्वतःविषयी बोलायचं होतं, पण कधी संधीच मिळाली नाही. माझ्या बाबतीत बनवलेल्या आणि पसरवलेल्या चुकीच्या समजुतींमुळे लोकांनी नेहमी माझ्याकडं तिरस्कारानं पाहिलं. माझा खरा चेहरा कधी त्यांच्या दृष्टीस न पडल्यामुळे त्यांनी मला समजूनच घेतलं नाही. अज्ञानामुळे लोक माझ्यापासून दूर पळून जाऊ लागले. चुकूनही माझी आठवण येऊ नये यासाठी लोक अनेक प्रयास करू लागले, पण आपणच सांगा, असं कधी होऊ शकतं का?

वस्तुतः मी जीवनाची आवश्यकता आहे, पण तरीही माझ्यावर मनन करणं लोकांना गरजेचं वाटत नाही. जगामध्ये प्रेम कायम टिकून राहावं यासाठी मी एक अवघड गोष्ट आहे. परंतु माझ्याकडे लक्ष न देता माणूस त्याच्या अट्टहासापायी तिरस्कारानं भरलेलं जीवन जगतो आहे.

परंतु आता खरोखरंच माझं नाव बदलण्याची वेळ आली आहे. अगदी साध्या शब्दांत आमच्याविषयीचं वास्तव आपल्यासमोर प्रकट व्हावं, अशी वेळ आता येऊन ठेपली आहे. माझं व माझी आई मृत्यू, यांच्या विषयीचं सत्य जगात सर्वांसमोर यायलाच हवं. हे महान कार्य तेजगुरू सरश्री तेजपारखीजी करत असून, या पुस्तकापासून त्यांनी या कार्याची सुरुवात केली आहे. माझ्या मातोश्री 'मृत्यू' हिच्याविषयीचं महासत्य त्यांनी 'पृथ्वीलक्ष्य' या पुस्तकातून सांगितलं आहे. या पुस्तकात ते माझ्याविषयीचं रहस्य सांगणार आहेत.

'मी शंका नसून, मनन संदेश आहे,' हे माझ्या विषयीचं गहन रहस्य या पुस्तकाद्वारे आपण जाणणार आहात.

हा संदेश अमलात आणून आपण एक परिपूर्ण जीवन जगू शकता. तसंच वर्तमान जीवनातील प्रत्येक क्षणाचा आनंदही लुटू शकता. माझ्याविषयीचं संपूर्ण सत्य ज्ञात होताच तुम्ही आता माझ्यापासून दूर पळणार नाही. तसंच माझा भाऊ सुख, याच्याशी जवळीक साधण्याचा खटाटोपही करीत बसणार नाहीत. उलट तुम्ही खुश व्हाल. कारण माझं रहस्य जाणून घेतल्यामुळे जे कार्य करण्यासाठी तुम्ही पृथ्वीवर आला आहात तेच करू लागाल.

या पुस्तकाचे रचनाकार तेजगुरू सरश्री यांना मी मनःपूर्वक धन्यवाद देतो. कारण माझं संपूर्ण दर्शन त्यांनी विस्तृतपणे आपल्यासमोर मांडलं आहे. हे पुस्तक पुनःपुन्हा वाचून तुम्ही सुख-दुःखाच्या खेळात अगदी निष्णात व्हाल. या खेळात

तुम्ही संपूर्णपणे खुलावं, विकसित व्हावं, हेच माझं औषध, आशीर्वाद आणि दावा आहे.'

आपला तत्पर सेवक,

विकासोत्सुक

दुःख...

आपण जर स्वतःला दुःखी बनवू शकतो,
तर निश्चितच आनंदीही बनवू शकतो.

दिवस २
दुःखाचं दुरून नव्हे, जवळून अवलोकन करा
प्रस्तावना

माणूस पृथ्वीवर का आला आहे? याचं उत्तर जर मिळालं, तर आपल्या सुखाच्या परिकल्पनेतून बाहेर येऊन संपूर्ण जीवनाचं ज्ञान माणसाला प्राप्त होईल. जीवनात येणाऱ्या दुःखांना उच्च चेतनेच्या दृष्टिकोनातून पाहिल्यानंतर ती दुःखं, दुःख नाही तर विकासाच्या पायऱ्या किंवा लक्ष्यप्राप्तीच्या संधी वाटू लागतील. जेव्हा तुम्ही दूरच्या प्रवासाला निघता, तेव्हा रस्त्यात, ट्रेनमध्ये, बसमध्ये येणाऱ्या अडचणी, होणारा त्रास यांच्याकडे सहजपणे दुर्लक्ष करता, कारण तुम्हाला केवळ तुमचं पोहोचण्याचं ठिकाणच दिसत असतं. तिथे पोहोचण्याच्या आनंदाच्या तुलनेत रस्त्यात येणाऱ्या अडचणी तुम्हाला कमी त्रासदायक वाटतात. याच दृष्टिकोनातून आपल्या जीवनात येणाऱ्या दुःखांचा साक्षात्कार आनंदाने व्हायला हवा. कारण माणूस जेव्हा खुश होतो तेव्हाच तो ईश्वराच्या संपर्कात येतो. ज्या वेळी तो एखाद्या घटनेमुळे दुःखी होतो त्या वेळी ईश्वराशी असलेला आपला ताळमेळ हरवून बसतो. एकदा का ईश्वराशी चांगला ताळमेळ घडला, तर माणसाचा आनंद सदैव त्याच्याजवळ राहील. यालाच दुःखात खुश राहण्याची कला म्हटलं जातं. ती कला आत्मसात करताना प्रथम माणसाकडून वारंवार चुका होतील. मात्र, दुःखद घटनांमध्ये सतत शोध घेऊन योग्य रीतीने मनन केल्यानंतर एक वेळ अशी येईल, की ईश्वराशी असलेला ताळमेळ कधी तुटणारच नाही. मग माणूस कुठेही गेला तरी ईश्वराशी

असलेला संपर्क कायम राहून सतत तो ईश्वराच्या सान्निध्यात राहील. मग तो दुःखी कसा राहू शकेल?

दुःख येतं ते माणसाला दुःखी करण्यासाठी नव्हे, तर जागृत करण्यासाठी! म्हणून प्रत्येक दुःखद घटनेकडे तुम्ही अशा दृष्टीने बघा, की त्या घटनेमुळे आलेलं दुःख वास्तवात तुम्हाला शक्ती देतंय, सामर्थ्य देतंय. जणू ते तुम्हाला कोणत्याही परिस्थितीत आपण अकंप राहायचं आहे, असंच सुचवत असतं. अविचल राहण्याच्या तुमच्या शुभेच्छेला दुःख बळ देत असतं. त्यासाठी दुःखातून येणाऱ्या सामर्थ्याचा उपयोग करणं केव्हाही श्रेयस्कर. एखादा माणूस तुमच्याशी वाईट वागला, शिवी दिली, तर स्वतःशीच म्हणा, 'ही घटना माझ्या शुभेच्छेला बळ देण्यासाठी आलेली आहे' आणि जेव्हा असं बळ मिळतं, तेव्हा माणसाच्या जीवनात त्याला हव्या असलेल्या गोष्टी आकर्षित होतात. माझ्या वाट्याला हे दुःख का आलं, याचं दुःख न उगाळत बसता त्या बळाचा उपयोग करायला शिकायला हवं. वस्तुस्थिती अशी आहे, की बळाशिवाय आतून प्रार्थना उमटत नाही...

आनंद नेहमीच माणसाच्या अंतरंगात असतो. तो मिळवण्यासाठी त्याला थिएटरमध्ये किंवा बागेत जाण्याची गरज नसते. नोकरीत प्रमोशन किंवा कुणाचं लग्नकार्य यांची वाट बघण्याची, तर अजिबात आवश्यकता नसते. उलट आनंद स्वतःच रस्ता आहे, मार्ग आहे. तो मिळवण्यासाठी इतर कुठल्याही बाह्य गोष्टींची गरज नसते. परंतु माणूस खुश राहणंच विसरलाय. त्याने आपल्या मान्यतांनाच सत्य मानलंय. त्यामुळे त्याच्या अंतर्यामी खुशीचा झरा वाहत असूनही त्याला आनंद मिळत नाही. वास्तविक माणूस दुःखमुक्त होण्यासाठीच पृथ्वीवर आला आहे. वर्तमानात जगताना योग्य बीज पेरण्याची कला जर माणसानं शिकली, तर त्याचं दुःख पूर्णपणे विलीन होईल आणि खऱ्या आनंदाची झलक त्याला अनुभवायला मिळेल.

दुःख म्हणजे काय? जगात भूकबळी पडत आहेत, कुपोषण होत आहे. लोकांना दोन वेळेस पुरेसं जेवायला मिळत नाही, सर्वत्र रोगराई पसरलेली आहे, अनेक प्रकारचे त्रास आहेत. लहान मुलं, वृद्ध व्यक्ती, स्त्रिया यांच्यावर अत्याचार होत आहेत. लोकांना रोजगार मिळत नाहीत. सत्तेच्या खुर्चीसाठी लोक हपापलेले आहेत. माणसं नुसती धावत आहेत. हे सारं दुःखच नव्हे का?

पंडित, पुरोहित मात्र रोज नवनवे कर्मकांडं बनवत आहेत. 'सोमवारी काय खावं... मंगळवारी काय करावं... या दिवशी आंबट खाऊ नये... अमुक दिवशी केस कापू नयेत... या दिवशी काळे कपडे घातले, तर अशुभ घडेल... या दिवशी मीठ खरेदी केलं... तेल विकत आणलं तर फार वाईट होईल... बाहेर जाताना मांजर आडवं आलं तर अपशकून होईल... मागच्या जन्माच्या कर्मांमुळे तुम्ही आज दुःख भोगत आहात...' असंही हे तथाकथित पंडित सांगतात. पण वर्तमानातील आजची आपली कर्मं, केवळ दुःखाला आमंत्रित करणारी आहेत आणि ती कशी सुधारावीत याविषयी मात्र ते काही सांगू शकत नाहीत. कुणाला वाईट कर्म करताना पाहून हे पंडित म्हणतात, 'याचं दुःखद फळ पुढच्या जन्मात मिळेल.' आज जर तुमचं काही वाईट होत असेल, तर नक्कीच तुम्ही मागच्या जन्मी वाईट कर्म केली असावीत. म्हणजे दुःखाची नेमकी कारणं वेगळीच असतात; पण लोक मात्र अशा थोतांडांच्या नादी लागून भरकटत जातात.

माणूस गैरसमजुतींवर आधारलेलं ज्ञान व सतत मोह-मायेविषयींच्या मान्यता ऐकून दुःखावर उपाय शोधत राहतो आणि तोही चुकीच्या ठिकाणी! चुकीच्या डॉक्टरांकडे जर आपण गेलो, तर दुःखनिवारण करण्याचं औषध तर आपल्याला मिळणार नाहीच, उलट मन काही चुकीचाच ग्रह करून बसेल. हे पुस्तक तुम्हाला दुःखाचं खरं कारण व त्याचं निवारण याविषयी योग्य मार्गदर्शन करेल. त्याद्वारे तुम्ही सुख-दुःखापलीकडे जाऊन मिळणाऱ्या आनंदाचं रहस्य जाणून घ्याल.

अडीच हजार वर्षांपूर्वी बुद्धांनी जेव्हा 'दुःख आहे' असं सांगितलं तेव्हा काळ वेगळा होता. त्या वेळी लोक दुःखाचीच भाषा समजू शकत होते. त्यामुळे बुद्धांनी त्या काळाला अनुसरून चार आर्यसत्य सांगितली...

✼ दुःख आहे.

✼ दुःखाचं कारण आहे.

✼ दुःखाचं निवारण आहे.

✼ दुःखमुक्तीची अवस्था उपलब्ध आहे.

बुद्धांप्रमाणेच सरश्रींनीही आजच्या काळाला अनुसरून आनंदाची भाषा सांगितली आहे. वास्तविक दोन्ही भाषांचं उद्दिष्ट एकच आहे. आपण कोण आहोत, हे जाणणं आणि स्वानुभव प्राप्त करणं. काळाची गरज ओळखणारे सरश्री आजच्या भाषेत आपल्याला चार तेजसत्य सांगतात.

✼ आनंद आहे.

✼ आनंदाचं कारण आहे.

✼ आनंदप्राप्तीचा मार्ग आहे.

✼ आनंदप्राप्तीची अवस्था उपलब्ध आहे.

काळाची पावलं ओळखणाऱ्या तेजगुरू सरश्रींनी, लोकांची गरज ओळखून आज ते जी भाषा समजू शकतात, त्याच लोकभाषेमध्ये तेजज्ञान सांगितलं आहे.

कधी तुमच्या मनात असे प्रश्न निर्माण होतात का?

मी कोण आहे?

हे जीवन केवळ जन्म, कर्म, भोग, मृत्यू इथपर्यंतच मर्यादित आहे का?

हे जगरहाटीचं जे कार्य चालू आहे ते एक दिवास्वप्न तर नाही?

प्रत्येक शोधामागे कोणत्या गोष्टीचा शोध आहे?

विश्वनिर्मितीपूर्वी जे अस्तित्वात होतं ते कसं दिसत असेल?

जी घटना सध्या घडत आहे ती मला यापूर्वी कधीतरी पाहिल्यासारखी का वाटते?

या प्रश्नांची उत्तरं जाणून घेण्याची जर तुमची तीव्र इच्छा असेल, तुमच्यामध्ये सत्यप्राप्तीची ओढ निर्माण झाली असेल, तर हे तेजज्ञान नक्कीच तुमच्यासाठी आहे. मनाच्या गाभ्यातून उफाळणाऱ्या तुमच्या इच्छा मोजल्या आणि त्या इच्छांची थोडी जरी तीव्रता तुम्हाला जाणवली, तर हा दुःखमुक्तीचा मार्ग नक्कीच तुमच्यासाठी आहे...

धन्यवाद...

आनंद पास आहे, दुःख नापास आहे.
आनंद तीर्थस्थान आहे, दुःख तुरुंग आहे.
आनंद ज्ञानाचा अर्क आहे,
दुःख मान्यतांचा खेळ आहे.

खंड १

दुःखाची सात कारणं

काही लोक रांगेत उभे राहून, तर काही ब्लॅकने दुःख विकत घेतात. वास्तविक याची काही गरज नसते. कारण तेजानंद आपला स्वभाव आहे. खुश होण्यासाठी आपल्याला कुठल्याही बाह्य कारणांची आवश्यकता नाही. केवळ जाणायचं आहे स्वतःला, 'मी कोण आहे?'...

दिवस ३
मानवाचं दुःख, त्याची स्वनिर्मिती
दुःखाचं पहिलं कारण

'परमेश्वरापासून वेगळं होणं, स्वतःला व्यक्ती बनवणं आणि उलट्या दिशेनं प्रवास करणं' हे मानवाच्या दुःखाचं सगळ्यात पहिलं कारण आहे.

होय, ईश्वरापासून अलग होणारा माणूस खुशीपासून, वर्तमानापासूनही अलग होऊन जातो. इतकी मोठी चूक तो कशी काय करू शकतो?

ईश्वरापासून विभक्त होऊन, त्याला विसरून दुःख खोदण्याचं काम माणूस स्वतःच सुरू करतो आणि त्यात शांती, संतुष्टी यांचं दफन करतो.

या वाक्यांवर जर सखोल मनन चिंतन केलं, तर याचा अर्थ तुम्हाला स्पष्ट होईल. ईश्वरापासून वेगळं होणं याचा अर्थ ईश्वराला विसरून जाणं होय आणि व्यक्ती बनणं म्हणजे स्वतःचं एक वेगळं अस्तित्व मानणं. खुद (khud) या शब्दाला उलटं केलं, तर दुःखाचे संकेत मिळतील. खुदा से जुदा होना म्हणजे ईश्वरापासून वेगळं होणं. खुद बनना म्हणजे स्वतःला स्वतंत्र अस्तित्व समजणं. येथे खुदाचा अर्थ कोणतीही मूर्ती नाही, तर स्रोत, स्वानुभव, सेल्फ, स्वसाक्षी असा आहे. जो प्रत्येकाच्या अंतरंगात विराजमान असून, त्याच्या असण्यानेच ही सृष्टी, हा संसार निर्माण झाला. दुःख-ईश्वराचा उलटा (विपरीत) शब्द आहे. परंतु माणूस आपला खरा स्वभाव विसरून जातो, त्याचबरोबर स्वतःलाही विसरून सगळ्या दुःखांना आमंत्रित करतो व दुःख भोगतो. स्वतःला म्हणजे वास्तवात तो

जो आहे त्याचंच विस्मरण झालं, तर सगळं काही उलट-सुलट होणारच!

त्यामुळेच तर सांगितलं जातं, की 'ईश्वराला विसरून स्वतःला एक अलग व्यक्तित्व मानणं आणि विपरीत होणं हेच खरं दुःखाचं मूळ आहे, दुःखाची सुरुवात आहे. याचाच अर्थ माणसाच्या दुःखाचं पहिलं कारण तो स्वतःच आहे. पण तो ही गोष्ट मान्य करायलाच तयार नसतो. उलट नेहमी 'माझ्या दुःखाचं कारण कोणीतरी दुसरंच आहे.' अशी तक्रार करीत राहतो. जर त्यानं आपली तक्रार नीट तपासून पाहिली, तर दुःखाचं खरं कारण आपल्याच तक्रारीत आहे, इतकंच नव्हे तर तो स्वतःच आहे, हे त्याला जाणवेल.

दुःखाचं मूळ कारण आहे माणसाचा अज्ञानयुक्त अहंकार. प्रत्येक वेळी घटना घडली, की माणूस त्याचं अज्ञानाद्वारे विश्लेषण करतो. मग अहंकाराला ठेच लागते आणि तो दुःखी होतो. त्यानं स्वतःला शरीर मानल्यामुळं वेदनेलाच दुःख समजतो आणि मग विचार करत राहतो, 'कोणतं तरी बाह्य कारण माझ्या दुःखाला जबाबदार आहे.' त्यामुळे माणसाला जेव्हा दुःख होईल तेव्हा त्याने हे दुःख मला का झालं? असं स्वतःलाच प्रामाणिकपणे विचारायला हवं. फलाण्या माणसानं मला शिवी दिली म्हणून... की माझा अहंकार दुखावला म्हणून... कारण जेव्हा एखादा माणूस आपला अपमान करतो, तेव्हा आपल्यातील दुःखद भावना वर उफाळून येते आणि दुःखाला सुरुवात होते. परंतु आपल्याला हे माहिती असायला हवं, की दुःख येणं ही स्वाभाविक बाब आहे. एखाद्या माणसानं अपमान करणं ही समस्या नसून त्या सोबत दुःखाचे जे विचार येतात, वास्तवात ते दुःख आहे आणि दुःखाचं दुःख करणं ही कला फक्त माणसालाच अवगत असते. इतर कोणत्याही प्राण्याजवळ ही कला नाही.

परंतु या साऱ्या गोष्टी दृष्टिआड करून माणूस प्रत्येकाला आपल्या अपेक्षांच्या चौकटीत बसवू इच्छितो आणि अपेक्षाभंगाचं दुःख भोगत राहतो. समोरच्या

व्यक्तीमध्ये आंतरिक सात्विकता, नैतिकता, चारित्र्य या गोष्टी आहेत की नाही, याकडेच तो लक्ष देतो. परंतु या सगळ्या सद्गुणांच्या अभावात आणि अज्ञानात स्वतःच आपल्या जीवनात दुःख वाढविणाऱ्या साऱ्या गोष्टींना आमंत्रित करतो. यानंतर दुःखाची परंपराच त्याच्या आयुष्यात सुरू होते... वास्तविक माणूस दुःखात राहू इच्छित नाही, पण ही जाणीव त्याला नसल्यामुळे न दिलेलं दुःखही तो विनाकारण भोगतो. अशा तऱ्हेने माणूस स्वनिर्मित दुःखाच्या जाळ्यात फसत जातो, दुःखाच्या दलदलीत खोलवर रुतत जातो.

राजू आपल्या वडिलांना म्हणाला, 'आज गुरुजींनी मला मारलं.' यावर वडील उद्गारले, 'शाळेत तू नक्कीच काही तरी खोड्या केल्या असशील.' तेव्हा राजूने झटक्यात उत्तर दिलं, 'अजिबात नाही. मी काहीही खोडी केली नाही. उलट मी तर माझ्या बेंचवर शांतपणे झोपलो होतो. यावरून आपल्या लक्षात येईल, की राजूच्या तक्रारीमध्येच त्याचं दुःख दडलेलं आहे. जर कुणी वर्गात झोपत असेल, तर गुरुजींकडून त्याला मार हा बसणारच!

माणूस जेव्हा त्याच्या दुःखाचं कारण शोधतो, तेव्हा स्वतःच्या दुःखाचं कारण तो स्वतःच आहे, हे त्याला समजतं. परंतु दुःखाचं पहिलं कारण समजून न घेता तो नेहमी आधी इतरांनी सुधारावं... इतरांनी बदलावं... दुसऱ्या एखाद्यानं सत्संगामध्ये जावं... तरच मी खुश होईल हा विचार करत राहतो. इतर लोकांनी प्रामाणिक बनावं... म्हणजे इतरांना बदलण्याची गरज आहे, मला मात्र अजिबात नाही, माझ्यासारखा हुशार कोणीच नाही. मी तर अगदी परफेक्ट... अशी माणसाची भूमिका असते.

एक शिक्षिका आपल्या एका खोडकर विद्यार्थ्याला म्हणाल्या, ''मला तुझ्या वडिलांना भेटायचंय,' तेव्हा तो विद्यार्थी बाईंना म्हणाला, 'जरूर भेटा, माझे वडील चांगले मानसोपचार तज्ज्ञ आहेत.'

म्हणजे टीचर, आपल्याविषयीची तक्रार करण्यासाठी आपल्या वडिलांना भेटू इच्छितात हे त्या विद्यार्थ्याच्या गावीही नव्हतं. उलट या बाईंना मानसिक आजार असल्यामुळे त्याचा आपल्याला त्रास होतोय आणि जर त्या आपल्या वडिलांना भेटल्या तर ते आपल्या मॅडमवर योग्य तो उपचार करतील, असा विचार तो करीत होता.

या उदाहरणांवरून आपल्या हे लक्षात आलं असेल, की प्रत्येक जण आपल्या स्वभावानुसार विचार करीत असतो. परिणामी, अज्ञानामुळे ज्या घटना दुःख घेऊन येतात अशा दुःखद घटनांना तो स्वतःच आपल्या जीवनात आमंत्रित करतो. त्यानंतर तो ते दुःख एक-एक करून वाढवतच राहतो आणि मग त्याच्या आयुष्यात दुःखाची शृंखलाच सुरू होते. खरंतर दुःखात राहणं त्यालाही आवडत नाही. पण योग्य ती समज नसल्यामुळे, नसलेलं दुःखही तो भोगत राहतो.

थोडक्यात, सांगायचं झालं तर माणसाने जर दुःखाचं पहिलं कारण जाणून घेऊन त्याचा स्वीकार केला, तर तो दुःखातही खुश आणि आनंदी राहण्याची कला शिकू शकेल.

इच्छा होणं हे दुःखाचं कारण नाही,
इच्छांची सवय होणं हे दुःख आहे.

दिवस ४
दुःखात राहण्याची सवय
दुःखाचं दुसरं कारण

दुःखाचा स्वीकार करण्याऐवजी काही लोक दुःखालाच कवटाळून बसणं अधिक पसंत करतात. माणूस दुःखी होण्याचं हेही एक महत्त्वपूर्ण कारण आहे.

आजपर्यंत जगात दुःख मिळविण्यासाठी ईश्वराद्वारे कोणतीही व्यवस्था केली गेलेली नाही. सगळी व्यवस्था आनंद मिळवण्यासाठीच आहे. परंतु ज्ञान मिळाल्यानंतर माणसाला समजतं, की आपल्या जीवनात जो गतिरोधक आहे, तो आनंदाला आपल्यापर्यंत पोहोचू देण्यास अटकाव करीत आहे, रोखत आहे. कारण आनंद (प्रकाश) आधीच उपलब्ध आहे, पण त्यांना रोखण्याची जी व्यवस्था माणसानं निर्माण केली आहे प्रथम ती दूर करायला हवी. लोक आपल्या जीवनात येणाऱ्या आनंदाला थोपवून धरतात. त्यामुळे त्यांच्या जीवनावर कायम दुःखाचं सावट पडलेलं असतं, अंधाराचं वास्तव्य असतं. माणसाला नेहमी दुःखात राहण्याची सवय जडलेली असल्यामुळे त्यातून बाहेर पडण्यासाठी त्याला काही करण्याची इच्छाच होत नाही.

मध्यरात्री पत्नी, आपल्या हवालदार पतीला झोपेतून उठवत म्हणते, 'अहो, उठा, जागे व्हा. घरात चोर घुसले आहेत वाटतं.' तेव्हा हवालदार आपल्या पत्नीला म्हणतो, 'झोप तू, मला त्रास देऊ नकोस, मी या वेळी ड्यूटीवर नाही.'

हवालदाराची सवय थोडी वेगळी आहे. तो जे काही थोडंफार काम करतो, ते

ड्यूटीवर असतानाच! पत्नीने झोपेतून उठवल्यावरही त्याला समजलं नाही, की त्याच्या स्वतःच्याच घरात चोर घुसले आहेत आणि हेसुद्धा त्याची पत्नी त्याला सांगत आहे. कोणी अन्य व्यक्ती त्याच्याकडे तक्रार घेऊन आलेली नाही. परंतु आपल्या जुन्या सवयीमुळे तो स्वतःचंच नुकसान करून घेतो. सवयीचा गुलाम बनल्याने आपल्याच घरात चोराला चोरी करण्याची मोकळीक देत असतो. खरंतर अशा वेळी तो हवालदार असण्याचा किंवा ड्यूटीवर नसण्याचा काहीही संबंध नाही. पण सवयीमुळे त्याला त्याच्या जबाबदारीची जाणीव होत नाही एवढंच.

बुद्धांना जेव्हा दुःखाची जाणीव झाली, तेव्हा त्यांनी काय केलं? त्या वेळी जर त्यांनी मी ड्यूटीवर आहे की नाही, असा विचार केला असता तर... परंतु याउलट, 'काय आपण असंच जगायचं? एखाद्या दिवशी मीही असाच आजारी पडेन? म्हातारा होऊन असाच मरेन? यालाच जीवन म्हणतात का? या सर्व गोष्टींवर काही तरी उपाय असेलच ना?' अशा तऱ्हेचे विचार आतूनच त्यांना आले. म्हणजेच आंतरिक फिडबॅक त्यांना मिळाला आणि तो इतका जोरदार होता, की तोच त्यांच्या शोधाची शक्ती बनला!

अशा प्रकारे माणसाच्या जीवनात जेव्हा दुःख प्रवेश करतं, तेव्हा दुःखापासून मुक्त होण्याचा मार्ग तो शोधत नाही. त्याऐवजी आपल्या जुन्या सवयींना कुरवाळत बसतो, सवयींचा गुलाम बनतो. 'माझा हा वेळ टीव्ही पाहण्याचा आहे... या वेळेत माझ्या आवडीचे कार्यक्रम असतात... माझी आरामाची वेळ झाली आहे... हा वेळ पेपर वाचण्याचा आहे... माझा हा वेळ फिरायला जाण्याचा आहे...' असं म्हणत तो ऐनवेळी येऊन पडणारी महत्त्वाची जबाबदारी झटकतो आणि दुःखात अडकतो. कारण टाळाटाळ करण्याच्या या सवयींनुसार तो म्हणतो, की माझ्याकडे आता दुःखाचा शोध घेण्यासाठी वेळच नाही. याचाच अर्थ त्याला दुःखात राहण्याची सवय जडली आहे आणि ज्या गोष्टींची माणसाला सवय जडते, ती गोष्ट तो नकळत पुनःपुन्हा करत राहतो.

घरामध्ये सर्व काही व्यवस्थित चाललेलं आहे, कुणी दुःखी नाही, तरीही लोक दुःखाला आमंत्रण देतात. एकमेकांना उचकावून, भांडणं करतात आणि नंतर ती भांडणं सोडवत बसतात. काही वेळ गेल्यानंतर ते सर्व जण मोठ्या प्रेमानं एकत्र बसून जेवणखाण करतात, पार्टी करतात तेव्हा कुठे त्यांना चैन पडते, थोडक्यात सांगायचं झालं, तर अगोदर दुःखाची निर्मिती करायची आणि नंतर ते नको म्हणून निस्तरत राहायचं. कारण दुःखाशिवाय जगणं ही कल्पनाच माणसाला आवडत नाही. आपल्या सवयींमुळे तो दुःखाला निष्कारण निमंत्रण देत राहतो.

कुठल्याही गोष्टीकडे जर खुशीच्या नजरेनं पाहिलं, तर ती गोष्ट आपल्याकडे आणण्यासाठी तुम्ही शक्ती पणाला लावली, असं म्हणता येईल. त्या गोष्टीकडे दुःखी नजरेनं पाहाल, तर ती तुमच्याजवळ येण्यास तुम्ही स्वतःच त्यात अडचण निर्माण करताय, असा याचा अर्थ होईल. जीवनाचा नियम आहे, की एखाद्या गोष्टीकडे जर तुम्ही दुःखी नजरेनं पाहिलं, तर ती तुमच्याकडे येत नाही, उलट लांब पळते. त्याचप्रमाणे सुखाकडे देखील दुःखमिश्रित नजरेनं पाहिलं, तर ते तुमच्या आयुष्यात कसं येणार? सुख प्राप्तीचा नियम आहे, की इतरांचं सुख पाहून खुश व्हायला सुरुवात करा. मग ते कोणाचं का असेना... शेजारी... नातेवाईक... मित्र... वा कोणी अनोळखी व्यक्ती... एखाद्या खुश व्यक्तीकडे पाहून जर तुम्ही खुश व्हायला सुरुवात केली, तर आनंद आपल्या जीवनात आकर्षित करण्याचं, हे पहिलं पाऊल ठरेल. मनात द्वेष, तिरस्काराची भावना न ठेवता आपलं ध्यान सदैव खुश लोकांकडे ठेवा, मग बघा खुशी आपोआप आपल्याकडं कशी चालत येईल ते...

दुःख सहन करायला शिका असं सांगणं जितकं सोपं आहे,
तितकं सहन करणं कठीण.
पण दुःखाचा स्वीकार करणं फारच महत्त्वपूर्ण आहे.

दिवस ५
शेजाऱ्याचं सुख डोळ्यात खुपणं

दुःखाचं तिसरं कारण

माणसाच्या दुःखाचं तिसरं कारण आहे 'शेजाऱ्याचं सुख.' शेजाऱ्याचं सुख, याचा अर्थ कुणा तरी दुसऱ्याचं सुख. कुणा दुसऱ्याला सुख मिळतंय, हे बघून माणूस दुःखी होतो. माणसाला स्वतःला सुख मिळालं नाही, तर त्याला त्याचा त्रास होत नाही, मात्र शेजाऱ्याला सुख मिळताच त्याला अतिशय त्रास होतो. जर शेजाऱ्याचं सगळं सुख नाहीसं झालं, तर माणसाचं पन्नास टक्के दुःख लगेचच नाहीसं होईल. अशा तऱ्हेनं शेजाऱ्याचं सुख लोकांच्या मनात तिरस्कार, द्वेष निर्माण करतं. निसर्गाचा एक अतूट नियम आहे, की जी गोष्ट बघून माणसाच्या मनात तिरस्कार, द्वेष उत्पन्न होतो, ती त्याच्याकडे येत नाही. शेजाऱ्याचं सुख पाहून तुमच्या मनात द्वेष निर्माण झाला, तर तुमच्या जीवनात आनंद, खुशी कधी येणार?

इतर कुणाला सुख मिळतंय हे पाहून माणूस दुःखी होतो. इतरांना सर्व काही मिळालं आणि शेजाऱ्याला जर काही मिळालं नाही तर त्याची अजिबात तक्रार नसते, दुःख नसतं. पण शेजाऱ्याला काही तरी मिळत आहे... इथूनच त्याच्या दुःखाची खरी सुरुवात होते.

एखाद्या देशाचा क्रिकेटच्या सामन्यात पराभव झाला तर त्या देशाच्या नागरिकाला फार दुःख होतं. जरा बारकाईनं विचार केला तर आपल्या लक्षात येईल त्याच्या या दुःखामागं नेमकं काय कारण असेल? कोणा एका माणसानं त्याचा देश क्रिकेट सामना जिंकेल, अशी पैज लावली पण तो सामना त्या देशानं

गमावला. म्हणजे पैज हारणं हे त्याच्या दुःखाचं नेमकं कारण आहे, का त्याची इच्छा पूर्ण झाली नाही याचं त्याला दुःख आहे? त्याचं अनुमान चुकीचं सिद्ध झालं, याचं तो दुःख मानत आहे? आसक्ती हे त्याच्या दुःखाचं मूळ कारण तर नव्हे? अमुक अमुक देश माझा आहे, बाकीचे देश माझे नाहीत, या आसक्तीचं माणसाला दुःख आहे, की शेजाऱ्याचं सुख म्हणजे त्याचं दुःख आहे?

शेजाऱ्याचं सुख लोकांमध्ये द्वेष निर्माण करतं आणि ज्या गोष्टीचा तुम्ही द्वेष करता त्या तुमच्याकडे कधीही येत नाहीत. निसर्गाचा हा अलिखित नियम आहे. शेजाऱ्याचं सुख पाहून जर तुम्हाला त्याचा द्वेष वाटला, तर तुमच्या जीवनात कधीही सुख येणार नाही. शेजाऱ्याचं सुख पाहून जर तुम्ही आनंदी झाला, तर मात्र सुख हमखास तुमच्याकडे आकर्षित होईल.

ज्या माणसाच्या मनात द्वेष भरलेला असतो, त्याला बाहेरच्या कोणत्याही शत्रूची आवश्यकता नसते. दुःखी होण्यासाठी त्याला फक्त द्वेषच पुरेसा असतो. दुसऱ्याच्या सुखाचा हेवा करून माणूस नकळतपणे स्वतःच्या सुखाला थोपवून ठेवतो. म्हणून समजेच्या मशालीने द्वेषाला भस्म करून टाका. आपल्या चारही बाजूंना असलेल्या लोकांकडे आनंदी नजरेनं पाहा व तो आनंद स्वतः अनुभवा. या अनुभवाच्या प्रभावामुळे तुमच्याही जीवनात आनंद येईल. जेव्हा तुम्ही लोकांविषयी मंगल भावना ठेवाल, त्यांच्यासाठी प्रार्थना कराल, त्यांच्या सुखात सामील व्हाल तेव्हा तुमच्या जीवनात आनंदाचा प्रवेश नक्कीच होईल.

इतरांचं सुख पाहून आपल्याला पितळ बनायचं नाही, तर चुंबक बनून कार्य करायचं आहे. वास्तविक असं केल्यानं तुम्ही दुसऱ्यावर उपकार करीत नसून स्वतःवरच उपकार करीत असता. इतरांच्या आनंदानं तुम्ही आनंदी होऊ लागलात तर लक्षात येईल, की तुमच्या मनातही आनंद ओसंडून वाहतोय. नाहीतर सतत इतरांचा द्वेष करून माणूस नकळतपणे स्वतःचाच शत्रू बनतो. तुम्हाला स्वतःचा शत्रू बनायचं नाही.

माणसाच्या जीवनात अनैच्छिक गोष्टी कासवाच्या गतीने येत असल्यामुळे याची जाणीव त्याला होत नाही. दररोज तो नकारात्मक गोष्टींकडे जितकं जास्त लक्ष केंद्रित करतो, तितकं नकारात्मक घटनांना त्याच्या जीवनात प्रवेश करणं सोपं जातं. माणूस विचार करतो, 'मी तर कधी असा विचारही केला नव्हता. पण तरीही हे असं कसं घडलं?' कारण एक दिवस बसून या साऱ्या गोष्टींचा विचार त्याने केलेला नसतो, तर सतत नकारात्मक विचार करण्याची सवय त्याला जडल्यामुळे त्याच्याकडून असं घडतं. दुर्दैवाची गोष्ट म्हणजे हेच त्याला माहीत नसतं. वर्षानुवर्षे सतत नकारात्मक दृष्टीनं बघण्याची सवय जडल्यामुळे शेजाऱ्याचं सुख त्याला नेहमी खुपत आलं. त्यामुळे जी खुशी त्याच्याकडे येत होती, ती पण तिथंच थांबली. त्याला जर त्याच वेळी कुणी हे समजावून सांगितलं असतं 'बाबा रे, तुझ्याकडे येणारी खुशी यामुळेच तर थांबली आहे. तेव्हा त्वरित त्याला चूक लक्षात येईल व तो म्हणेल, आता मी दुसऱ्यांच्या सुखात सुख मानायला ताबडतोब सुरुवात करेन. खरंतर हे अदृश्यात असल्यामुळे मी पाहू शकत नव्हतो. त्यामुळेच हा मूर्खपणा करीत होतो. बरं झालं कुणीतरी मला हे सांगितलं. आता मी शेजाऱ्याची खुशी पाहून कधीही दुःखी होणार नाही.'

खुश होण्यासाठी फक्त 'समज' पुरेशी आहे. निसर्गाचा हा सिद्धान्त जर माणसाच्या लक्षात आला, तर प्रत्येक घटनेत तो खुश राहील. आधी हे काम होऊन जाऊ दे... विवाह ठरला... पहिला नंबर आला... कुणी पास झाला... मुलगा झाला... घर बांधलं... नवी कार घेतली... वाढदिवस आला... तेव्हाच मी खुश होईन, असा अट्टहास त्या वेळी नसेल.

आपल्याला आनंदाचं रहस्य समजताच तेव्हा खुश होण्यासाठी कॅलेंडरमध्ये दिलेल्या तारखेची किंवा एखादी सुखद घटना घडण्याची वाट न पाहता आपण सदैव खुश राहाल. एवढंच नव्हे, तर खुशी आपल्या जीवनात ओतप्रोत भरून वाहील.

दिवस ६
दुःखाचं दुःख करणं
दुःखाचं चौथं कारण

सर्कशीत अधूनमधून विदूषकाचीही भूमिका असते, अगदी त्याचप्रमाणे पृथ्वीवर जीवनरूपी सर्कशीतदेखील दुःख येत राहातं. म्हणून त्याचं दुःख करत बसण्यापेक्षा त्याला सामोरं जाण्यातच खरा जीवनार्थ असतो. पण माणसाच्या वाट्याला जे दुःख येतं त्यात तो पूर्णपणे गुरफटून जातो. दुःखी होण्याचं हेसुद्धा एक कारण आहे. खरंतर दुःख आणण्यासाठी निसर्गानं काही केलं नाही. पण दुःखात राहण्याच्या सवयींमुळे त्यातून बाहेर येण्यासाठी माणसाला काही करायची इच्छा नसते.

सर्कसमधील विदूषकाला पाहून जर आपल्याला वाईट वाटत नाही, तर पृथ्वीवरील विदूषकरूपी दुःखाला पाहून आपल्याला वाईट का वाटावं? पृथ्वीवर दुःख येणं ही एक सामान्य बाब आहे. त्याच्यावर चिडू नका, रागावू नका. जीवनात दुःख आलं, तर स्वतःच्या विकासासाठी कदाचित काही वेगळा विचार तरी कराल. दुःख नसेल तर तुमचा विकास खुंटलेला दिसेल. 'आयुष्यात दुःख येणं ही एक सामान्य बाब आहे' यावर जेव्हा तुमचा विश्वास बसेल, तेव्हा तुम्हीच म्हणाल, दुःख आहे पण आता दुःखाचं दुःख होत नाही, वेदना होऊ शकते, पण त्या वेदनेचं दुःख होत नाही. शरीराला त्रास होऊ शकतो, पण त्यामुळे दुःख होणार नाही. वेदना होणं आणि त्या वेदनेचं दुःख होणं या दोन वेगळ्या गोष्टी आहेत. आयुष्यात

अडचण येणं वेगळी गोष्ट आहे व त्या अडचणीला दुःख मानणं ही त्याहून वेगळी गोष्ट आहे, पण माणूस प्रत्येक घटना घडल्यानंतर त्याचं अज्ञानपूर्वक किंवा पूर्वग्रहदूषित मनानं विश्लेषण करतो. म्हणून त्याच्याकडून दुःखाचं दुःख करणं सुरू होतं. त्यामुळे त्याच्या अहंकाराला धक्का बसतो व तो दुःखी होतो. स्वतःला शरीर मानत असल्यामुळे वेदनेलाच दुःख समजतो.

यासाठी तुम्हाला जेव्हा एखाद्या गोष्टीचं दुःख होईल, तेव्हा प्रथम स्वतःला विचारा, हे दुःख मला का झालं आहे? त्या अमुक माणसानं मला शिवी दिली म्हणून? याच शिवीमुळे मी दुःखी झालो, की प्रत्येक शिवीचं एवढंच दुःख मला होतं? तो मला गाढव म्हणाला याचं दुःख झालं आहे का? जर तो वाघ म्हणाला असता तरीही एवढंच दुःख झालं असतं का? मग गाढव आणि वाघ यात फरक तो काय? गाढवाचा चेहरा भयानक आहे? गाढव कोणत्या गोष्टीत कमी आहे? शेवटी दोन्ही प्राणीच तर आहेत...

अशा तऱ्हेने प्रत्येक घटना घडल्यानंतर स्वतःची चौकशी करताच तुमच्या ध्यानात येईल, एखाद्यानं तुम्हाला शिवी देताच तुमच्यामध्ये एक वेदनेची भावना निर्माण होते. त्यामुळे तुम्हाला दुःख होतं. यावर जर सखोलपणे विचार केला तर जाणवेल, की 'प्रत्येक शब्दासोबत तुमची कोणतीतरी मान्यता किंवा भावना जोडलेली आहे.' मग ते शब्द ऐकल्याबरोबर त्या भावना उफाळून वर येतात आणि दुःख होऊ लागतं. कुणी तुम्हाला शिवी देणं, ही समस्या नाही तर त्यासोबत जे दुःख येतं, त्या दुःखाला दुःख मानल्यामुळे तुमचा आनंद रोखला जाऊन दुःख होतं. ही एक सामान्य बाब आहे, हे तुम्हाला चांगल्या रीतीने माहिती असायला हवं.

दुःखाचं दुःख करण्याचं मूळ कारण आहे माणसाचा अज्ञानयुक्त अहंकार. प्रत्येक घटना घडली, की माणूस त्याचं अज्ञानाद्वारे विश्लेषण करतो. अहंकाराला ठेच लागून तो दुःखी होतो. स्वतःला शरीर मानत असल्यामुळे तो वेदनेलाच दुःख

समजतो आणि विचार करतो, 'कुठलं तरी बाहेरचं कारण माझ्या दुःखाला जबाबदार आहे.' माणसाला जेव्हा दुःख होईल तेव्हा त्याने स्वतःलाच प्रामाणिकपणे विचारायला हवं, की हे दुःख मला का झालं?

अज्ञानामुळे माणसाला वाटतं जीवनात पैसा, सत्ता, कीर्ती, प्रसिद्धी मिळाली, तर त्याच्या साऱ्या समस्या विलीन होतील. पण जेव्हा तो योग्य दिशेने विचार करू लागेल तेव्हा त्याच्या प्रथमच लक्षात येईल, की येणाऱ्या नैसर्गिक गोष्टींना तो अडवत आहे. ही चूक प्रत्येकाकडून होत असते. जर थोड्या लोकांकडून ही चूक झाली असती, तर कदाचित वाटलं असतं, 'मी चूक करत आहे' पण आसपासचे सर्वच लोक तसंच करत असल्यामुळे 'आपण चूक करत आहोत' असं कुणालाही वाटत नाही. दुःखात दुःखीच व्हायला हवं हे सगळ्यांच्या मनात पक्कं बिंबलेलं असतं. पण इथं तर अगदी याउलट सांगितलं जात आहे. अज्ञानामुळे ज्यावेळी दिखाऊ, तथाकथित दुःख येईल किमान त्या वेळी तरी हसायला शिका. कमीत कमी दुःखात तरी खुश राहा!

कुठल्याही गोष्टीकडे दुःखद नजरेनं पाहिलं, तर ती तुमच्याकडे आकर्षित होत नाही. हा जीवनाचा नियम आता तुमच्या लक्षात आला असेल. एवढंच काय पण सुखाकडे जरी दुःखाने पाहिलंत, तर तेही तुमच्याकडे येणार नाही. यासाठी सुख पाहून खुश व्हायला सुरुवात करा. मग ते सुख कुणाचं का असेना. टीव्ही सिरियल बघतानाही कोणती पात्रं खुश आहेत त्यांच्यावर आपलं लक्ष केंद्रित करा. कुणाविषयीही मनात द्वेषाची भावना न ठेवता आपलं ध्यान खुश लोकांकडे केंद्रित केल्याने खुशी आपोआपच आपल्याकडे आकर्षित होईल, हे खुशीचं साधं सरळ रहस्य आहे.

इतरांच्या सुखानं दुःखी होणं म्हणजे
आपलं स्वतःचं सुख रोखणं होय.

दिवस ७
ध्येयापासून विचलित होणं
दुःखाचं पाचवं कारण

'पृथ्वी-लक्ष्या' पासून जेव्हा माणूस विचलित होतो, तेव्हा त्याच्या जीवनात दुःख निर्माण होतं. ज्याप्रमाणे एका म्यानात दोन तलवारी राहू शकत नाहीत, त्याप्रमाणे माणसांच्या विचारांमध्ये एकाच वेळी दोन गोष्टी राहू शकत नाहीत. ज्या वेळी तो एका गोष्टीचा विचार करतो, त्या वेळी दुसरी गोष्ट तशीच थांबून राहते. एका गोष्टीचा विचार करून झाल्यानंतर तो दुसऱ्या विषयाकडे वळतो. याच नियमानुसार माणसाचं लक्ष 'पृथ्वी-लक्ष्या'पासून दूर होताच त्याला दुःख दिसू लागतं.

लहान मुलांना खेळताना पाहून आपल्याला अतिशय आनंद होतो. त्यांना धावताना, खेळताना, उड्या मारताना पाहून आपण आनंदित होतो. परंतु काही वेळाने आपलं लक्ष त्या मुलांवरून दूर होऊन बाजूला असलेल्या चिखल व घाणीकडं जातं. तेव्हा आपण अतिशय दुःखी होतो. अशा वेळी आपल्याला ध्येयापासून लक्ष विचलित करू नका, असंच सांगितलं जाईल. ध्येय न विसरतादेखील माझ्या शरीरात दुःखमुक्त अवस्था येणं संभव आहे, यावर लक्ष केंद्रित करा. माणूस पूर्णतः दुःखमुक्त व्हावा, हेच ध्येय साध्य करण्यासाठी पृथ्वीवर आला आहे.

'ज्या गोष्टीकडे तुम्ही लक्ष देता ती गोष्ट आयुष्यात वाढत जाते,' या निसर्ग नियमाप्रमाणे तुमच्या जीवनात कोणत्या गोष्टींची वाढ करायची हे तुम्हालाच ठरवायचं

आहे. जर दुःखाकडे लक्ष दिलं, तर जीवनात दुःख वृद्धिंगत झालेलं दिसेल आणि 'ध्येयावर' केंद्रित कराल, तर ध्येय साध्य करणं सोपं होईल.

पृथ्वीवर जेव्हा तुम्ही राष्ट्रपती बनण्यासाठी आलेले नसता आणि तरीही राष्ट्रपती बनता, तेव्हा जगातील सगळ्यात दुःखी राष्ट्रपती असता. याचाच अर्थ जी गोष्ट करण्यासाठी तुम्ही पृथ्वीवर आलाच नाहीत, तीच जर करत राहाल, तर दुःखाशिवाय आणखी काय पदरी पडणार! जे करण्यासाठी तुम्ही पृथ्वीवर आला आहात, तेच तुमच्याकडून घडते तेव्हाच आनंद मिळतो.

आज माणसाचं लक्ष त्याच्या ध्येयापासून विचलित झाल्यामुळे त्याला वाटतं, की पैसा कमवणं हेच त्याचं प्रमुख उद्दिष्ट आहे. पैसा साधन आहे, साध्य नाही, हे त्याला माहीत नसतं. त्यामुळे पैशाला ध्येय समजण्याची चूक माणसाकडून होते. पैसा चांगला आहे, सुखाकडे पोहोचण्याचा मजबूत मार्ग आहे. पण निश्चितच ते अंतिम ध्येय नाही. फक्त करिअर करणं... पैसा मिळवणं... लग्न करणं... मुलांना जन्म देणं... त्या मुलांचं करिअर घडवणं... त्यांच्या मुलांना सांभाळणं व शेवटी मरून जाणं. एवढं केलं म्हणजे पृथ्वीवर येऊन आपलं उद्दिष्ट साध्य केलं, असं होत नाही. या घटनांच्या सोबतीने तुमचं मन अकंप, प्रेमळ, निर्मळ आणि आज्ञाधारक झालं नसेल, तर पृथ्वीवर येण्याचं उद्दिष्ट साध्य न करताच तुम्ही पृथ्वीवरून परत जाल. म्हणून दुसऱ्यांच्या चांगल्या गोष्टींवर लक्ष केंद्रित करून स्वतःमधील चांगल्या गुणांची वाढ करा. मग खरेपणा हाच तुमचा चांगुलपणा व चांगुलपणा हाच तुमचा खरेपणा होईल. तुम्ही तुमच्या ध्येयावर लक्ष केंद्रित करताच दुःखापासून त्वरित मुक्त व्हाल, त्याचबरोबर इतरांच्या मुक्तीचंही कारण बनाल.

दुःख येतं ते आपल्याला जागं करण्यासाठी,
दुःखी करण्यासाठी नाही.

दिवस ८

अज्ञानात कर्म होणं

दुःखाचं सहावं कारण

माणसाच्या दुःखाचं सहावं कारण त्याने अज्ञानात केलेली कर्म. अज्ञानामुळे माणूस दुःखी असतो. अज्ञानात उचललेलं पाऊल त्याला नेहमी दुःखच देतं. त्यामुळे तो सतत अपयशी, निराश व दुःखी होतो. म्हणून प्रथम अज्ञान दूर होणं अत्यावश्यक आहे. दुसऱ्याला मूर्ख बनवून 'असं झालं असतं, तसं झालं असतं' हा विचार माणूस अज्ञानामुळेच करतो. यातून त्याचं अज्ञानच स्पष्ट होतं. यासाठी आपलं कर्म ज्ञानयुक्त असायला हवं. ज्ञानयुक्त कर्म ही भक्ती आहे आणि भक्तीमध्ये आनंद आहे. अशा प्रकारे ज्ञानयुक्त कर्मामध्ये ज्ञानही असतं, भक्तीही असते व कर्मही असतं.

ज्ञानयुक्त कर्मात युक्ती, विवेक व बुद्धी यांचा त्रिवेणी संगम असायला हवा. आपल्याकडून जे कर्म केलं जात आहे ते ज्ञानपूर्वक होत आहे, की अंधभक्तीने? त्या कर्माचा परिणाम कशा पद्धतीने समोर येत आहे, हे आपण अवश्य बघितलं पाहिजे. कोणतंही कर्म बाहेरून दिसायला कितीही योग्य वाटत असलं, तरीही ते ज्ञानयुक्त आहे किंवा नाही, हे आपण तपासून पाहिलं पाहिजे. कारण एकच कर्म एका घटनेत योग्य ठरतं, तर दुसऱ्या घटनेत तेच चुकीचं असू शकतं...

एका माणसाच्या घरी आग लागली. आग पाहून त्याचा शेजारी त्याला म्हणाला, 'तुमच्या घराला आग लागली आहे, तुम्ही काही करत का नाही?'

तेव्हा तो माणूस शांतपणे म्हणाला, 'मी पाऊस पडावा यासाठीच तर प्रार्थना करत आहे.'

यावरून त्या माणसाकडे ज्ञान आणि विवेक या दोन्ही गोष्टी नाहीत, हे स्पष्ट होतं. याचाच अर्थ ज्या वेळी जे कर्म करणं आवश्यक आहे तेच केलं गेलं पाहिजे. म्हणजे आग लागल्यानंतर प्रथम ती विझवण्याचा प्रयत्न त्यानं करायला हवा होता. याचा अर्थ त्या वेळी प्रार्थना करायला नको, होती असा नाही. प्रार्थना तर करायला हवीच, पण त्या वेळी जे ज्ञानयुक्त कर्म करायला पाहिजे होतं ते न करता 'मी प्रार्थना करण्याचं कर्म करत आहे,' असं म्हणणं किती मूर्खपणाचं ठरतं. खरंतर अज्ञानामुळे तो माणूस 'पाऊस पडावा' अशी फक्त प्रार्थना करीत असतो. प्रार्थना करून केवळ योग्य कर्म केलं, असं नसून त्याचबरोबर त्याने आग विझवण्याचं कर्मही करायला हवं होतं. थोडक्यात सांगायचं तर कोणत्या परिस्थितीत, कुणाला कसा प्रतिसाद दिला पाहिजे, याचं ज्ञान प्रत्येक माणसानं प्राप्त करायला हवं.

आयुष्यात तुम्ही भक्तीयुक्त प्रतिसाद देऊ लागताच तुमची सगळी कामं अगदी सहजतेने होऊ लागतात. तुमचं कर्म तुमची भक्ती बनतं, स्वभाव बनतो. ज्ञानयुक्त कर्मामध्ये भक्तीचा समावेश असतो. माणसाच्या जीवनातून जर भक्ती काढून टाकली, तर खुशी पण निघून जाईल. म्हणून ज्ञानाला भक्तीची जोड आवश्यक आहे. कारण भक्ती ही माणसाच्या भावनेसोबत जोडली गेली आहे. भक्ती माणसाच्या अगदी निकट असते, हृदयासमीप असते. त्यानंतरच स्वानुभवाचा आनंद घेतला जाऊ शकतो.

सर्वप्रथम स्वानुभव असतो, त्यानंतर भावना म्हणजेच स्वभाव. मग विचार, वाणी आणि शेवटी क्रिया असते. क्रिया सगळ्यात शेवटी दिसून येते. ज्ञानयुक्त कर्मामध्ये जिथं जी क्रिया आवश्यक आहे तीच माणसाकडून होते. जिथं बोलणं आवश्यक आहे, तिथं बोलाल, जिथं विचार करणं आवश्यक आहे, तिथं विचार

कराल, तर जिथं मनन करणं आवश्यक आहे, तिथं मननच कराल. याचाच अर्थ जिथं जो प्रतिसाद आवश्यक आहे तिथं तो द्यायला हवा. मग तुम्हाला कधीही दुःखाचं दुःख होणार नाही. कारण आता तुमच्याकडे असलेल्या ज्ञानानुसारच तुम्ही कर्म कराल, अज्ञानातून कोणतंही कर्म तुमच्याकडून घडणार नाही. आता माझ्या शरीरासोबत जे उर्वरित जीवन आहे, त्यात मला खुश राहायचंय, असंच तुम्ही म्हणाल.

माणूस आपल्या छोट्या-छोट्या गोष्टींमध्येही आसक्ती ठेवतो.
त्या वस्तूंच्या तुटण्यामुळे किंवा हरवण्यामुळे तो खूप दुःखी होतो;
परंतु इतरांच्या मोठ्या वस्तू हरवल्या किंवा तुटल्या,
तर त्याला किंचितही दुःख होत नाही.

दिवस ९

माणसाचं सुख हेच त्याचं दुःख

दुःखाचं सातवं कारण

एका माणसाला जीवनात आर्थिक प्रश्नांशी सामना करावा लागला. त्याला वाटलं लवकरात लवकर आर्थिकदृष्ट्या आपण सक्षम व्हावं. जेणेकरून कुटुंबीयांना आरामात ठेवता येईल. त्यासाठी त्याने बराचसा पैसा शेअरबाजारात गुंतवला आणि त्यात तो तोंडघशी पडला. आता त्याची परिस्थिती पहिल्यापेक्षाही बिकट होते. माणसाला एखाद्या गोष्टीचा मोह होतो आणि ती मिळाली की तो सुखी होतो. पण त्या सुखाबरोबर त्याचा मोह आणखी वाढतो. मग माणूस जास्त दुःखी होतो. सुख मिळवण्याच्या हव्यासापायी अज्ञानयुक्त कर्म करतो. म्हणजेच माणसाचं सुख हेच त्याच्या दुःखाचं सातवं कारण आहे. पृथ्वीला घर समजून सुख मिळवण्याची इच्छाच माणसाचं दुःख बनतं. ज्या गोष्टींना माणूस सुख देणाऱ्या गोष्टी समजतो, त्याच मान्यता, ते पूर्वग्रह त्याच्या दुःखाचं कारण बनतात.

चुकीच्या मान्यतेसोबत दुःखच येतं. पण लोकांना चुकीच्या मान्यता धारण करून जगण्यातच आनंद वाटतो. जसं, 'रस्त्यात मांजर आडवं आलं तर वाईट होईल... हात खाजत असेल, तर पैसे मिळतील... डोळा फडफडला तर अपशकून होईल... रात्री झाडून काढलं तर लक्ष्मी निघून जाईल... तेरा तारीख अशुभ असते...' अशा अनेक चुकीच्या धारणा माणसाच्या मनात घर करून बसलेल्या असतात, खोलवर रुजलेल्या असतात.

मागच्या पिढीकडून पुढच्या पिढीकडे संक्रमित होणाऱ्या या मान्यतांमध्ये माणूस गुरफटून जातो. तसेच, सतत दुःखात जगत राहण्याचं मुख्य कारण म्हणजे त्याने त्याच्या शरीरालाच 'मी' मानणं होय. माणसाकडून झालेली पहिली आणि मूलभूत चूक हीच आहे. त्यानंतर दुःखाचा क्रम सुरू होतो. माणूस स्वतःला शरीर मानत असल्यामुळे जिभेला स्वादिष्ट भोजन मिळावं, डोळ्यांना सुंदर दृश्य बघायला मिळावं, कानांनी मधुर संगीत ऐकावं, तरच मी सुखी होईन... असे नको ते विचार त्याच्या मनात येतात. मनात रुंजी घालणाऱ्या या विचारांनुसार काही घडलं नाही, की माणूस दुःखी होतो. बाह्य सुखांमुळे मिळणारा खोटा आनंद हेच माणसाच्या दुःखाचं खरं कारण आहे.

या सगळ्यांपासून मुक्ती मिळवायची असेल, तर हे लक्षात घेतलं पाहिजे, की पृथ्वी घर नाही, नगर (न–घर) आहे. ही गोष्ट जर तुम्हाला स्पष्ट झाली, तर ज्या सुखाला तुम्ही तुमचं अंतिम सुख मानलं आहे, तो तुमचा भ्रम नाहीसा होईल, ती माया नष्ट होईल. मायाजालातून बाहेर येताच सारी दुःखं एकसाथ विलीन झाल्याचं तुम्हाला दिसेल. त्यानंतरच स्वतंत्र झाल्याची जाणीव होईल. माणसाचं सुख हेच त्याच्या दुःखाचं सातवं कारण आहे, हे स्वातंत्र्य मिळाल्यावरच समजून येईल.

या भागात सांगितलेल्या दुःखाच्या सात कारणांचा अभ्यास करून, यापैकी कोणत्या कारणामुळे तुम्ही दुःखी आहात? हे शोधा. दुःखाचं खरं कारण जाणून घेऊन, प्रत्येक दुःखाचं औषध मिळवा व आनंदाने वर्तमानात जगा. यासाठी दुःख निवारण करण्याचे सतरा मार्ग आपण पुढील खंडात जाणणार आहोत.

आयुष्य म्हणजे पडून सावरणं नसून; पडणं, सावरणं
आणि रिकाम्या हातानं न उठता काही तरी सोबत घेऊन उठणं होय.

खंड २

दुःख निवारण्याचे सतरा मार्ग

माणसानं काय करायला पाहिजे आणि तो काय करू इच्छितो, या दोन गोष्टींमध्ये नेहमी संघर्ष असतो. परंतु प्रामाणिकपणाच्या औषधामुळे हा संघर्ष मिटतो. त्यामुळे स्वतःलाच प्रामाणिकपणे विचारा, खरोखरंच मला दुःखापासून मुक्त व्हायचं आहे का?

दिवस १०
दुःखमुक्तीचं ज्ञान
स्वतःचा खेळ पाहायला शिका

पहिलं निवारण

एक माणूस डॉक्टरांकडे गेला. आपल्या आजारपणाविषयी सांगताना तो म्हणाला, "डॉक्टर साहेब, माझं मन नेहमी व्याकूळ असतं, मला सारखं उदास वाटतं, मी काय करू, मला काही सुचत नाही." डॉक्टरांनी त्या माणसाच्या तक्रारी बारकाईने ऐकल्या. त्याचे सगळे रिपोर्ट्स बघितले आणि त्याला म्हटलं, "तुम्हाला काहीही आजार झालेला नाही. तुम्ही एकदम ठीक आहात. तुमची व्याकूळता दूर करण्यासाठी मात्र एक काम करायला पाहिजे. जवळच्याच मैदानावर एक सर्कस चालू आहे, ती जाऊन पाहा. त्या सर्कशीमध्ये एक रामदास नावाचा जोकर आहे, जो अतिशय चांगला अभिनय करतो, सगळ्यांना खूप हसवतो. त्याचा खेळ तुम्ही बघून यावं, हाच तुमच्या आजारावरचा इलाज आहे." तेव्हा तो माणूस म्हणाला, "मीच तो रामदास जोकर आहे."

डॉक्टरांनी पुन्हा त्याला तोच सल्ला दिला, की जरी तूच रामदास असलास, तरीही रामदासला जोकरचे काम करताना, लोकांना हसवताना पाहा. तुझं लक्ष लोकांवर असण्याऐवजी रामदासवर जास्त असलं पाहिजे. रामदासने डॉक्टरांचा हा सल्ला ऐकला आणि तो त्वरित दुःखापासून मुक्त झाला.

रामदासनं डॉक्टरांचा सल्ला मानला म्हणजे नेमकं काय केलं? तर त्याने स्वतःच स्वतःला सगळे खेळ करताना बघितलं, ज्यामुळे त्याला एक वेगळ्या प्रकारचा अनुभव मिळाला. असं करताना त्याला स्वतःबाबत अशा काही गोष्टी समजल्या, ज्या त्याला कधीही समजल्या नसत्या. जेव्हा कुणी स्वतःचा खेळ सकाळपासून रात्रीपर्यंत बघतो, तेव्हा त्याला दुःखमुक्तीचा मार्ग गवसतो.

दररोज रात्री झोपताना जर दिवसभरातील स्वतःबाबतच्या काही गोष्टी किंवा ठळक घटना आठवल्या, तर तुम्हाला तुमच्या दुःखाचं कारण समजेल. स्वतःलाच विचारा, त्या अमुक अमुक माणसाचं काम का केलं नाही? तो माणूस माझ्या अहंकाराला सुखावत नव्हता म्हणून मी त्याचं काम केलं नाही, की तो माझ्या लोभ व महत्त्वाकांक्षा यांमध्ये अडथळा आहे, म्हणून मी त्याचं काम केलं नाही? बहुधा यापैकीच कोणतातरी विचार तुमच्या मनात आला असेल म्हणून तुम्ही त्याचं काम केलं नसणार.

त्याचबरोबर हेही पाहा, की एखाद्याचं काम तुम्ही केलं असेल, तर ते का केलं? त्या माणसाची तुम्हाला भीती वाटते म्हणून की त्याच्यामुळे तुमचा अहंकार सुखावतो म्हणून?

स्वतःला स्वतःपासून कधीही लपवू नका. प्रामाणिकपणे स्वतःला सगळी खरी खरी उत्तरं द्या. एखादा तुम्हाला आवडतो ते का? तो तुमचं काम करतो म्हणून की त्याच्यामध्ये जे गुण आहेत त्यामुळे? एखादा माणूस तुम्हाला आवडत नाही, तेव्हा तो माणूस खरोखरंच वाईट आहे, की तो तुमच्या कामात अडथळा आणतो म्हणून आवडत नाही? प्रामाणिकपणे स्वतःला उत्तरं द्या, आत्मपरीक्षण करा, स्वतःचा खेळ पाहा. प्रत्येक तासानंतर स्वतःला विचारा 'या वेळी माझ्या मनाची स्थिती कशी आहे आणि मी कोणता अभिनय करीत आहे?' या ज्ञानाद्वारे तुम्हाला रंगमंच किंवा पडद्यावरील अभिनय करणं शिकवलं जात नसून, जगाच्या रंगमंचावर कोणता

खेळ चालू आहे, याची जाणीव करून दिली जात आहे. सिनेमातील अभिनेत्याला सांगितलं जातं, की 'असा अभिनय कर जेणेकरून लोकांना वाटलं पाहिजे, तू खरोखर हेच जीवन जगत आहेस; परंतु या दुःखमुक्तीच्या ज्ञानाद्वारे तुम्हाला शिकवलं जातं, तुमचं जगणं हाच उत्कृष्ट अभिनय असावा.'

जिथं आपल्याला सिनेमाचा पुढचा भाग कशा पद्धतीनं पाहावा हे समजतं, तो खरंतर सिनेमाचा मध्यंतर असतो. ज्ञान मिळवणं हे या मध्यंतरासारखं आहे. या मध्यंतराचा फायदा उठवा. अशा वेळी हॉटेल किंवा बागेत जाऊन बसू नका.

दिवस ११

पन्नास टक्के दुःख त्वरित कमी कसं कराल

दुःखाची समज, हाच दुःखावरील उपाय

दुसरं निवारण

माणसानं जर नवीन तंत्रज्ञान, नवीन युक्त्या, नवीन हुन्नर त्याचप्रमाणे रचनात्मक कार्यासाठी कल्पनेचा वापर केला, तर ज्या गोष्टी उद्या करायच्या आहेत त्याचं बीजारोपण आजच करता येईल. म्हणजेच स्वस्थ आणि समृद्ध जीवनाच्या कल्पनेवर विश्वास दाखवला, तर येणारा भविष्यकाळ उज्ज्वल असेल, आनंदाने परिपूर्ण असेल. वर्तमानात जगताना विवेकाची तलवार आणि समजेची ढाल यांचा उपयोग करायला हवा. विवेकरूपी तलवारीने माणूस जेव्हा लढेल, तेव्हाच तो खऱ्या अर्थाने जीवन बनून जगेल. ज्याला तुम्ही खरोखरंच दुःख समजता, ते दुःख आहे का? हा प्रश्न जर तुम्ही स्वतःलाच विचारलात तर तुमचं पन्नास टक्के दुःख ताबडतोब कमी होईल. कारण दुःखाला समजून घेणं हाच दुःखावरील इलाज आहे.

एक गर्भवती स्त्री डॉक्टरांना आपल्या त्रासाविषयी सांगते, 'कधी कधी उलटी होईल असं वाटतं, चक्कर येते, पोटात अचानक दुखू लागतं, पोटात बाळ हलतं, लाथा मारतं.' अशा पद्धतीने ती स्त्री डॉक्टरांना आपल्या दहा-पंधरा लक्षणांविषयी सांगते. डॉक्टर ते सर्व लिहून घेऊन रिपोर्ट देतात, 'एकदम ठीक.

सगळं काही व्यवस्थित आहे, नॉर्मल आहे.' त्यावर ती स्त्री म्हणते, 'नॉर्मल कसं? मला तर प्रचंड त्रास होतोय. मग डॉक्टर तिला समजावून सांगतात, 'तुम्हाला बाळ होणार आहे त्यासाठी असा त्रास, वेदना होणं अगदी स्वाभाविक आहे. आई होण्यासाठी एवढं तर कोणालाही सहन करावं लागतं. किंबहुना तुमची प्रकृती ठीक असून, बाळाची वाढही योग्य होत आहे, हेच हा त्रास दर्शवतो. त्यामुळे घाबरू नका.'

स्त्री नऊ महिने बाळाला पोटात वाढवून एका निरोगी, स्वस्थ बाळाला जन्म देते तेव्हा तिला अशा प्रकारचा काही त्रास होणं स्वाभाविक आहे. वास्तविक हा त्रास म्हणजे दुःख नाही. डॉक्टरांच्या सांगण्यावरून हे समजलं, की तुम्हाला तुमचं ध्येय (बाळ) प्राप्त करायचं असेल, तर या दिवसात जो त्रास, ज्या समस्या आहेत, त्या एकदम स्वाभाविक आहेत. हे समजताच तुमच्या पन्नास टक्के समस्या, ज्या आजवर तुम्हाला दुःख देत आल्या त्या विलीन होतील. या गोष्टी समजल्यामुळे तुमच्या समस्यांचं निराकरण होऊ शकतं. 'दुःखाची समज प्राप्त होणं हीच त्यावरील उपायाची सुरुवात आहे.'

एखाद्या गोष्टीचा आपल्याला त्रास होतो तेव्हा तो त्रास सहन करून मी काय मिळवणार आहे, असा उलटा प्रश्न प्रत्येकाने स्वतःला विचारला पाहिजे. कुणी नोकरी मिळवण्यासाठी जात असेल, तर त्याला दहा ठिकाणांहून नकार येणं स्वाभाविक आहे. एखादी गोष्ट जेव्हा तुम्हाला प्राप्त करायची असते तेव्हा त्यासाठी त्रास हा होणारच. तुम्ही आकाशातून पृथ्वीवर आला आहात तेव्हा काही त्रास होणं अपरिहार्य आहे, नॉर्मल आहे. म्हणून तुम्ही प्रथम पृथ्वीवर येण्याचं उद्दिष्ट जाणून घ्या. समस्यांकडे एका नव्या दृष्टीनं बघायला शिका. ही दुःखमुक्तीची समज प्रत्येक माणसाला मिळाली पाहिजे. हे समजून घेण्याची जर तुमची तयारी असेल, तर या मार्गावरचं पहिलं पाऊलच दुःखमुक्तीसाठी पुरेसं आहे...

दिवस १२

उर्वरित दुःखाचं निवारण जाणून घ्या

ईश्वरापासून अलग-स्वतःपासून विलग

तिसरं निवारण

लोकांना दुःखाबरोबर हेही माहीत असतं, की प्रत्येक दुःखावर औषध आहे. पण तरीही ते योग्य डॉक्टरांशी संपर्क साधत नाहीत. प्रत्येकाचा आजार वेगवेगळा असू शकतो पण इलाज मात्र एकच असतो.

एक पुजारी व न्हावी मित्र होते. न्हावी नेहमी परमेश्वराविषयी तक्रार करून पृथ्वीवरच्या समस्या सांगत असे. तो त्याच्या मित्राला विचारत असे, की 'जर जगात परमेश्वर आहे तर पृथ्वीवर इतकं दुःख का आहे?'

एके दिवशी दोघं एकत्र जात असताना त्यांना रस्त्यात एक भिकारी दिसला. पुजाऱ्यानं त्या भिकाऱ्याकडे इशारा करून न्हाव्याला विचारलं, 'तू असताना त्या भिकाऱ्याचे केस आणि दाढी इतकी कशी वाढलेली आहे? तू असतानादेखील त्याची अशी अवस्था आहे हे आश्चर्यच नव्हे का?' तेव्हा न्हाव्याने आपली बाजू मांडत सांगितले, 'त्या भिकाऱ्यानं कधी माझ्याशी संपर्कच साधला नाही, यात माझा काय दोष?' त्यावर पुजारी म्हणाला, 'पृथ्वीवर असलेलं दुःख परमेश्वराला नाहीसं करायचं नाही असा याचा अर्थ नाही. पण लोक ईश्वराशी संपर्कच साधत

नाहीत. त्यामुळे पृथ्वीवर दुःख आहे आणि हेच दुःखाचं मुख्य कारण आहे. ईश्वराशी जर संपर्क साधला तर सगळं दुःख नष्ट होईल.' मात्र लोक ईश्वराशी संपर्क न साधताच म्हणतात, 'दुःख आहे, पीडा आहे.' परंतु जो ईश्वराशी संपर्क साधेल, तो त्या त्रासांपासून, समस्यांपासून मुक्त होईल.

माणूस दुःखी आहे कारण तो ईश्वराशी संपर्क साधणं विसरला आहे. तसंच आपल्या खऱ्या नातेवाइकांपासून, स्वतःपासून दुरावला आहे. माणसानं जर ईश्वराशी संपर्क साधला, तर त्याचं उर्वरित पन्नास टक्के दुःख तत्काळ नाहीसं होईल.

'काही लोक आपल्या प्रियजनांपासून दूर गेले आहेत आणि काही लोक स्वतःपासून दुरावले आहेत.' या ओळीवर सखोल मनन करण्यासाठी खाली दिलेल्या उदाहरणांवर लक्ष केंद्रित करा.

एखाद्या लहान मुलाचं आवडतं खेळणं हरवतं तेव्हा ते दुःखी होतं. आपलं आवडतं खेळणं आपल्याजवळ नाही, ही कल्पनाच असह्य होऊन ते आजारी पडतं. जेव्हा आई-वडील त्याला तसंच नवीन खेळणं आणून देतात तेव्हा ते पुन्हा पूर्ववत होतं. याप्रमाणे तुम्हीदेखील कुणापासून तरी दूर गेलेले आहात. तुमचे असंख्य नातेवाईक आहेत आणि त्यांच्यापासून तुमचा वियोग झालेला आहे. त्या दूर जाण्याचं दुःख तुम्हाला आहे. एवढंच नाही, तर काही लोक आपल्या गुरूंपासून दूर गेले आहेत. म्हणजे त्यांच्या जीवनात गुरू आलेच नाहीत. जेव्हा त्यांना गुरू भेटतील तेव्हा ते म्हणतील, 'आमचं दुःख, त्रास आता नाहीसा झाला.' तुमच्या जीवनात जेव्हा गुरूंचं पदार्पण होईल तेव्हा ते म्हणतील, 'तुम्ही स्वतःपासून दूर गेले आहात, म्हणून प्रथम तुम्ही कोण आहात हे जाणा. आपण स्वतःला काय मानून जगत आहात?

ज्या वस्तूचा वापर आपण करतो, त्यालाच 'मी' मानून बसतो. झोपण्यासाठी जेव्हा उशीचा वापर करतो, तेव्हा 'ही उशी मी आहे.' असं कधी म्हणत नाही,

त्याचप्रमाणे आपण जेव्हा शरीर, मन आणि बुद्धीचा वापर करतो, तेव्हा ते म्हणजे आपण नाही. आपण त्यापलीकडे आहोत, हे लक्षात ठेवायला हवं. शरीराचा वापर करणाऱ्याचीच आठवण आपल्याला नसेल, तर नक्कीच आपण स्वतःपासून दूर गेलो आहोत, असा याचा अर्थ होतो. यासाठी गुरू प्रथम सांगतील, 'आधी स्वतःला जाणा.' स्वतःशी भेट घडताच उर्वरित पन्नास टक्के दुःख समाप्त झाल्याचं तुमच्या निदर्शनास येईल. त्याचबरोबर आनंदही वाढेल आणि आश्चर्यही होईल.

गुरू आपल्याला उपदेश करून ज्ञानार्जन करतात आणि आपण कोण आहोत याची अनुभूती देऊन सगळ्या दुःखांपासून मुक्त करतात. गुरू देत असलेल्या ज्ञानामुळे दुःखाच्या कारणांना प्रकाशात आणलं जातं. कारण जाणल्यावर, सगळ्या दुःखांचा निर्माता असलेल्या मनावर विजय प्राप्त करणं सोपं जातं. यासाठी विचारांच्या गर्दीत हरवलेल्या मनाला प्रशिक्षण देणं आवश्यक आहे. चौथं निवारण वाचून त्वरित हा अभ्यास सुरू करा.

शेजाऱ्याचं सुख हे तुमचं दुःख तर नाही,
तुमचं दुःख हे शेजाऱ्याचं सुख तर नाही,
हे सुख-दुःख म्हणजे फक्त एक विचार तर नाही.

दिवस १३
गर्दीत एकटं राहण्याची कला शिका!
मनाला जिंकलं तर जिंकाल, नाहीतर हार निश्चित!

चौथं निवारण

एक राजा होता. त्याचं मन नेहमी दुःखी असायचं. राज्यातील सर्व वैद्य त्याच्यावर इलाज करून थकले होते. एके दिवशी दुसऱ्या राज्यातला एक वैद्य राजाकडे येऊन म्हणाला, ''आपण अशा माणसाचा सदरा घाला जो आनंदी असेल.'' राजानं त्वरित सेवकांना आज्ञा दिली, 'आनंदी माणसाचा सदरा ताबडतोब घेऊन या.' राजाज्ञेप्रमाणे शिपाई अशा माणसाच्या शोधात निघाले. त्या राज्यातील सर्व जण राजाला सदरा देण्यास आनंदाने तयार झाले होते, पण त्यातील एकही माणूस असा नव्हता, की ज्याला दुःख नव्हतं. शेवटी सुदैवानं एक गवळी सापडला. तो आनंदी तर दिसत होता, पण त्याच्याकडं सदराच नव्हता. तो शिपायांना म्हणाला, ''माझ्या गुरुजींकडे जा! ते केवळ आनंदीच नाहीत, तर साक्षात आनंद आहेत शिवाय त्यांच्याकडे सदराही आहे.''

शिपायांऐवजी राजा स्वतः त्या गवळ्याच्या गुरुजींकडे गेला. कारण दुःखावरचं औषध मिळवण्यासाठी माणूस वाट्टेल तेथे, वाटेल त्या परिस्थितीत जातो. औषध कुठंही उपलब्ध असलं, तरी त्याला ते पाहिजेच असतं. गुरुजी राजाला म्हणाले,

"तुम्ही उद्या या! मी सदरा देईन! आणि येताना तुमचं जे दुःखी मन आहे, ते पण घेऊन या!' गुरुजींचं वाक्य ऐकून राजा गोंधळात पडला.

दुसऱ्या दिवशी गुरुजींनी राजाला विचारलं, "आलात? छान! मनालाही बरोबर आणलंत ना? आता येथे बसून प्रथम तुमच्यामध्ये असलेल्या दुःखी मनाला पाहा. ते दिसलं की मला सांगा. मी तुम्हाला लगेच सदरा देईन." आता राजा स्वतःमध्ये असलेल्या दुःखी मनाला शोधू लागला. सर्व ठिकाणी शोधलं तरी त्याच्या काहीच लक्षात येईना. थोडा वेळ राजा विचारशून्य झाला. तो दुःखी मनाला शोधत होता, पण त्याला काहीच सापडलं नव्हतं.

अगदी याचप्रमाणे माणूस जेव्हा विचारांना शोधायला जातो तेव्हा त्याला ते सापडत नाहीत. परंतु तो बेसावध असतो त्या वेळी मात्र विचारांचं वादळ त्याच्या मनात घोंघावत असतं. या गोष्टीचं त्याला खूप आश्चर्य वाटलं. गर्दीत अलिप्त राहण्याची कला माणसाला अवगत नसल्यामुळे दुःखद विचार त्याच्या मनाची पकड चटकन घेतात. परंतु ज्या वेळी ध्यानमग्न अवस्थेत विचारांची छाननी कराल तेव्हा विचारांची गर्दी विरळ होत असल्याचं तुम्हाला जाणवेल. हाच क्षण असतो मनावर ताबा मिळवण्याचा! नाहीतर जगज्जेत्या सिकंदराप्रमाणे जग जिंकूनही माणूस दुःखी होऊन रिक्त हातांनीच परत जातो. आपल्याबाबतीत असं होऊ नये. मनावर ताबा मिळवूनच खरा विजय प्राप्त केला जाऊ शकतो. ही गोष्ट माणसाने सदैव लक्षात ठेवली पाहिजे.

त्या राजाला असं कोणतं ज्ञान मिळालं? कोणती शिकवण मिळाली? तो स्वतःच्या दुःखी मनाला शोधू शकला का? जर त्याला मन सापडलं नाही तर मग काय मिळालं?

या प्रश्नांच्या उत्तरांचं रहस्य लपलंय तुलनात्मक मनात. एकदा का या तुलना

करणाऱ्या मनावर काबू मिळवला, की खरा आनंद प्रकट होतो. कारण तुलना करणारं मन हीच खरी आडकाठी आहे. हे मन प्रत्येक बाबींची तुलना करतं. वाईट झालं, तर किती वाईट झालं... फार वाईट झालं... किंवा फारसं वाईट नाही झालं! आणि आनंद झाला किंवा काही चांगलं झालं, तरी किती चांगलं झालं, खूप चांगलं झालं, फार काही चांगलं झालं नाही... अशी तुलना केल्यामुळेच तुलना करणाऱ्या मनाला दुःख सहन करावं लागतं.

अशा तुलना करणाऱ्या मनाला विचारांकडे पाहण्याची दृष्टी मिळाली, तर ते मन लगेच शांत होऊ लागतं. म्हणजे गरज आहे ती केवळ योग्य दृष्टिकोनाची! माणसाजवळ योग्य दृष्टी असेल, तर विचार कोणताही असो तो मनाला आनंदच देईल. तो कसा प्राप्त करायचा ही समज रोजच्या अनुभवाने, अभ्यासाने येऊ शकते. खाली दिलेल्या ध्यानाचा नियमित सराव करून त्यात नैपुण्य मिळवता येईल.

या पद्धतीमध्ये विचारांना विचार क्र.१, विचार क्र.२ असा क्रमांक देऊन मन निर्विचार करता येतं.

१) सुखासनात किंवा खुर्चीवर सरळ बसा.

२) डोळे मिटून घ्या. शरीर सैल सोडा.

३) डोळे बंद केल्यानंतर विचार स्पष्टपणे दृग्गोचर होतात. डोळे बंद केले की विचार येतात. असा लोकांचा समज असतो, पण तसं नाही. विचार प्रक्रिया सतत चालूच असते. डोळे बंद केल्यानंतर ते जास्त स्पष्ट होतात एवढंच.

४) प्रत्येक विचार जाणून हे ध्यान सुरू करा. प्रत्येक विचाराला क्रमांक द्या आणि म्हणा, 'एक' दुसरा विचार आला की त्याला 'दोन'. याप्रमाणे मोजत राहा. विचारांना क्रमांक दिला की ते नाहीसे होतील.

सुख ☺ | Day 13 | निवारण | ☹ दुःख

५) कोणताच विचार मनात येत नसेल, तर शांत बसा. ‘आता माझ्या मनात कोणताही विचार नाही,’ असा विचार आला, तरी त्या विचारालाही क्रमांक द्या. कारण ‘माझ्या मनात विचार नाही’ हापण एक विचारच आहे.

६) कोणत्याही विचारांमागे वाहवत जायचं नाही. फक्त त्याला क्रमांक देऊन सोडून द्या. ‘आता कोणता विचार येतो ते बघूया!’ असा विचार आला तरी त्यालाही क्रमांक देऊन शांत राहा.

७) अशाप्रकारे ध्यान केल्याने बरेचसे विचार कमी होतील. कालांतराने निर्विचार अवस्थाही येईल. पण कोणत्याही फळाची अपेक्षा न ठेवता नियमितपणे ध्यान करत राहा.

८) मनाची निर्विचार अवस्था म्हणजे गर्दीतही अलिप्त राहणं. एकदा ते जमलं की, तुम्ही सदैव वर्तमानात राहाल. तिथे केवळ आनंदच असतो. त्यामुळे तुम्ही दुःखापासूनही मुक्त व्हाल. यासाठी गर्दीतही एकटं राहण्याची कला शिका.

कोणतीही घटना सुखद किंवा दुःखद नसते,
मन जेव्हा घटनासापेक्ष तुलना करतं,
तेव्हा ती घटना आपल्याला सुखद किंवा दुःखद भासते.

---

*ध्यानाचं महत्त्व आणि विविध ध्यानविधींविषयी सविस्तर जाणण्याठी वाचा, **‘संपूर्ण ध्यान’***

दिवस १४

वर्तमानात राहायला शिका

दुःखमुक्त व्हा!

पाचवं निवारण

पेंटिंगचं काम करणारे चार मित्र असतात. एकदा ते एकत्र चित्र बनवत होते. पेटिंग करता करता त्यांच्या गप्पाही चालू होत्या. त्यांच्यापैकी एक म्हणाला, 'आताच जग नष्ट होणार आहे, ही बातमी आली आणि पृथ्वीच राहणार नाही, तर मग समस्या तरी कुठे उरणार? जगातील सर्वच समस्या नष्ट होणार तेव्हा आपण काय करायचं?'

यावर प्रत्येकानं आपापलं मत मांडलं. एक जण म्हणाला, "जर जग नष्ट होणारच आहे, तर त्यापूर्वी मी माझ्या अमुक अमुक नातेवाइकांना भेटेन. बऱ्याच दिवसांत त्यांना भेटलो नाही. जाता-जाता एवढं काम तरी करेन म्हणतो." दुसरा म्हणाला, "माझे कुणी नातेवाईक नाहीत. पण मला एक सिनेमा पाहण्याची खूप दिवसाची इच्छा आहे, आता तो मी नक्की पाहीन. सिनेमा पाहायचा असं बऱ्याच दिवसांपासून मनात होतं, पण पैसे नसल्यामुळे नेहमी राहून जात होतं. सिनेमाही पाहायचा तोही विशिष्ट थिएटरमध्ये! आणि आता तर जगच नष्ट होणार आहे तेव्हा पैसे वाचवून काय करणार? तीन-चार वेळा तरी तो सिनेमा पाहीनच." तिसरा

उत्तरला, ''मी जास्तीत जास्त मिठाई खाईन. डायबेटिक असल्यामुळे डॉक्टरांनी मिठाई खाण्यासाठी मनाई केली. त्यामुळे इच्छा असूनही मी गोड खाऊ शकलो नाही आणि आता तर जग नष्ट होणार! म्हणून मी गोड खाण्याची इच्छा पूर्ण करूनच मरणार.'' शेवटच्या माणसाला विचारलं, की तू काय करशील? तेव्हा तो म्हणाला, ''मी जे पेंटिंग करतोय, तेच करत राहीन. कारण आता मी पेंटिंगचं काम करायला घेतलं आहे. त्यामुळे ते पूर्ण करण्यातच या क्षणाचा संपूर्ण आनंद आहे.''

वर्तमानातच खरा आनंद दडलेला असतो. पण माणसाला वर्तमानात राहायची इच्छा नसते, हे पहिल्या तीन चित्रकारांच्या विचारांतून स्पष्ट होतं. माणूस एकतर भूतकाळात असतो किंवा सदोदित भविष्यात रमलेला. त्यामध्येच कायम त्याच्या कोलांटउड्या चालू असतात. दुःखाचं स्थान भूत आणि भविष्यकाळात आहे. पण भूतकाळ मागे गेल्यामुळे तो फक्त स्मृतीत आहे. भविष्यकाळ तर अजून आलेला नाही, तो कल्पनेत आहे. याचाच अर्थ केवळ वर्तमानच सत्य आहे. कारण वर्तमानात उज्ज्वल भविष्याची निर्मिती होत असते. ज्यांना हे रहस्य उमजतं, ते वर्तमानातच राहण्याची इच्छा करतात. कोणत्याही प्रकारची घटना असो, बातमी असो ते जे काम करीत असतात, त्यातच एकरूप होतात आणि हातातलं काम संपल्यावरच दुसरं कार्य हातात घेतात.

एखादा माणूस पेंटिंग करतोय आणि त्याच्या मनात जर पुनःपुन्हा विचार येत असतील, 'अरे! हे पेंटिंग विकलं जाईल की नाही?' तर त्या माणसाला आपल्या मनाला समजावून सांगावं लागेल, 'आत्ता गप्प बस! आधी पेंटिंग तर पूर्ण होऊ दे. जेव्हा विकायची वेळ येईल तेव्हा बघू. आता जे पेंटिंग बनवतोय तेच उत्कृष्ट बनवूया.' अशाप्रकारे माणसानं हातातलं काम पूर्ण एकाग्रतेनं करायला हवं.

दुःखाच्या कारणांची उकल झाल्यानंतर तुम्हीसुद्धा वर्तमानात राहणं शिकाल. दुःखामुळे ज्या चुका माणसाकडून होतात त्यांचा खोलवर परिणाम त्याच्या आयुष्यावर

झाल्यामुळे जो अपराधबोध तयार होतो तो दूर होईल. त्याचप्रमाणे आयुष्यात ज्या चुकांचं ओझं घेऊन तुम्ही चालत होता ते दुःखाचं सावटही नाहीसं होईल.

दुःख पाहायचं ते भूतकाळात, सुख भविष्यात; पण याहीपेक्षा भिन्न अशी खरी सुखाची अनुभूती पाहिजे असेल, तर ती वर्तमानात पाहा. वर्तमानात ही एक चूक करण्यापासून सदैव सावध राहा. सगळ्यांना आपलं रडगाणं सांगत फिरू नका. रडगाणं सांगण्याची सवय माणसाला सुखातही दुःखी बनवते. तेव्हा ही सवय दूर करूनच दुःखमुक्तीचं हे निराकरण सफल होईल.

दुःखाचं स्थान भूतकाळात आणि भविष्यात आहे.
दुःख जेव्हा नाकारलं जातं तेव्हा ते दहापट वाढतं.
स्वीकारलं जातं, तेव्हा ते दहा पटीनं कमी होतं.

दिवस १५
दुःखाचं रडगाणं बंद करा
सकारात्मक विचारांची जादू

सहावं निवारण

काही व्यक्ती अशा असतात ज्या प्रत्येकाला आपलं दुःख, आपल्या व्याधी सांगत सुटतात. मला असा त्रास आहे... अशी पाठ दुखते... असं असं डोकं दुखतं... अशी कंबरेत उसण भरते... जे जे भेटतील त्या प्रत्येकाला आपल्या आजाराबाबत सांगत राहतात. तेही एकदा नव्हे, अनेकदा! जर त्या व्यक्तीला विचारलं, तुमच्याबाबतीत लोक काय विचार करतात? तेव्हा लोक माझ्याकडं सहानुभूतीनं बघतात असं ती म्हणेल कारण लोकांची सहानुभूती मिळावी, असं या मंडळींना वाटत असतं. परंतु अशा व्यक्तीबद्दल तिची मित्रमंडळी, नातेवाईक, ओळखीचं असं कोणीही, 'हा माणूस आजारी, त्रासलेला, अत्यंत दुःखी आहे, असंच म्हणेल. याच्यासारखा दुःखी माणूस या जगात क्वचितच असेल,' असा काहीसा नकारात्मकच अभिप्राय देईल. सतत रडगाणं गाणाऱ्या माणसाकडं सर्वसाधारणपणे लोक अशाच नकारात्मक दृष्टीनं पाहतात.

तुमच्याबाबतीतही लोक असेच विचार करतात का? हा प्रश्न स्वतःला विचारा आणि उत्तर जर 'हो' असेल, तर त्यांच्या विचारांचा नकारात्मक परिणाम नकळत तुमच्यावर होत असतो, हे लक्षात घ्या. ज्यांना मंगळ असतो, त्यांचं लग्न आधी

घटाशी किंवा तुळशीबरोबर लावलं जातं. असं का केलं जातं? कारण असं लग्न एकदा लागलं, की लोकांचे विचार सकारात्मक व्हायला लागतात. असं जर केलं नाही तर नातेवाईक, तसेच ओळखीचे लोक म्हणतात, 'अरे, हा मंगळ्या आहे. त्याला बायकोही मंगळाचीच बघितली पाहिजे आणि तसं झालं नाही, तर दोघांचा संसार नीट कसा होणार?' आता सर्व जण त्याच्याबाबतीत असे नकारात्मक विचार करीत असतील, तर काय होईल? त्याच्या आयुष्यावर लोकांच्या या नकारात्मक विचारांचा परिणाम निश्चितच होत राहणार, हे आपण जाणताच.

यासाठी स्वतःबद्दल नेहमी सकारात्मक विचार ठेवा. जेणेकरून तुमच्या आजूबाजूचे लोकही तुमच्याबाबतीत सकारात्मक विचार करतील. आपल्या पूर्वजांनी ज्या प्रथा बनवल्यात त्या काही विचारपूर्वकच बनवल्या असतील. जसं लोकांचे विचार सकारात्मक व्हावेत म्हणूनच मंगळ असलेल्या व्यक्तीचं आधी तुळशीशी लग्न लावलं जातं.

यासाठी तुम्ही दुःखात असलात, तरी प्रत्येकाला सांगू नका. लोकांनी जर विचारलंच तर सांगा की, 'आता मी ठीक आहे.' पण विनाकारणच सर्वांना स्वतःच्या दुःखाबद्दल सांगणं बंद करा! डॉक्टरांना मात्र जरूर सांगा. इतरांना मात्र तुमच्यासाठी प्रार्थना करायला अवश्य सांगू शकता. पण सर्वांनाच सांगत बसलात, तर लोक तुम्हाला दुःखी समजतील आणि त्यांच्या विचारांचा परिणाम तुमच्यावर होत राहील. वर्तमानात फक्त सकारात्मक विचार करा. सकारात्मकच बोला.

विकासाच्या प्रत्येक पावलावर तुम्हाला 'हॅपी थॉट्स' का ठेवायचे, याचं महत्त्व सांगितलं जातं. 'गरीब व्यक्ती आनंदी होऊ शकते, पण आनंदी व्यक्ती कधी गरीब असू शकत नाही.' हॅपी थॉट्स या दोन शब्दांची ही शक्ती आहे, किमया आहे. दोन शब्दांचा चमत्कार, ज्याच्या उच्चाराने नकारात्मक विचार सकारात्मक विचारात परिवर्तित होतात.

सुख ☺ | Day 15 | निवारण | ☹ दुःख

माणसाचं बाह्यरूप कसंही असो, आत मात्र सदैव शुभविचार असावेत. माणूस लठ्ठ-बारीक, काळा-गोरा, बुटका-उंच कसाही असला, तरी त्यामुळे त्याच्या कार्यक्षमतेत काहीही फरक पडत नाही, तर त्याच्या मनात काय भरलं आहे, हे महत्त्वाचं ठरतं. म्हणजे आतमध्ये नकारात्मक विचारांचं विष आहे की सकारात्मकतेचं अमृत? इतरांसाठी मंगल विचाररूपी अमृत कलश भरलेला असेल, तर तुम्ही सदैव सुखी, आनंदी राहाल. जर नकारात्मकतेचं विष भरलेलं असेल, तर तुमच्या वाट्याला सतत दुःखच येणार हे निश्चित. म्हणून स्वतःबद्दल नेहमी सकारात्मक विचार करा आणि इतरांनाही तो करायला लावा. ते आपल्या आयुष्याचं ध्येय बनवा.

एक फुगेवाला वेगवेगळ्या रंगाचे फुगे विकत होता. कोणीही खरेदी करत नाही असं पाहून त्याने एक काळ्या रंगाचा फुगा गॅस भरून हवेत सोडला. त्यामुळे मुलं आकर्षित होऊन त्याच्याभोवती गोळा झाली. त्या मुलांपैकी एका मुलाजवळ लाल रंगाचा फुगा होता ज्यात त्याने तोंडाने हवा भरली होती. त्या मुलाने प्रश्न विचारला 'तुमचा फुगा काळा असून उंच जातोय आणि माझा लाल असूनही उडत नाही, असं का?'

फुगेवाल्यानं उत्तर दिलं, 'मुला, उंची गाठण्यासाठी रंग महत्त्वाचा नसून फुग्याच्या आत काय भरलं आहे, हे महत्त्वाचं असतं. तुझा फुगा रंगाने लाल असला तरी त्यात तू तोंडाने हवा भरली आहेस. म्हणजे तुझ्या फुग्यात कार्बनडाय ऑक्साईड आहे, जो हवेपेक्षा हलका नाही आणि काळ्या फुग्यात 'हेलियम' भरला आहे. हेलियम हा वायू हवेपेक्षा हलका असतो. म्हणून तो फुगा आकाशात उंच गेला आहे.'

याचा अर्थ तुमच्यातील विचार तुम्ही कसे आहात, हे ठरवतात. म्हणजे विचार जर नकारात्मक असतील, तर कार्बनडाय ऑक्साईडप्रमाणे काम करतील

आणि जीवन दुःखी होईल. त्या उलट विचार सकारात्मक असतील, हॅपी थॉट्स असतील तर ते हेलियम गॅसचं काम करतील आणि हेच विचार तुमचं जीवन यशस्वी बनवतील. म्हणून प्रत्येकानं कर्तव्य भावनेतून चांगलेच विचार करावेत. हॅपी थॉटस्‌ची निर्मिती करणं हे आपलं आद्य कर्तव्य समजावं, मग माणूस कसाही असू देत. त्याचे विचार मात्र शुभ, सकारात्मक असले पाहिजेत. ते तसे असतील तर दुःख तुमच्या जवळपासही फिरकणार नाही. कारण सकारात्मक विचार करणं ही अमूल्य सवय आहे. ही सवय तुम्हाला एक शक्तिशाली चुंबक बनवते. जगातल्या सर्व चांगल्या गोष्टींना तुमच्याकडे आकर्षित करून तुमचं ध्येय गाठण्यासाठी मदत करते. या सवयींना मजबूत बनवण्यासाठी पुस्तकाच्या पुढील भागात दिलेल्या प्रार्थनाशक्तीचंही साहाय्य घ्या.

आपल्या शरीराचा चेहरा आहे तसा स्वीकारा.
सुंदर असो की कुरूप, उंच किंवा बुटका, लठ्ठ अथवा रोड.
माणूस आयुष्य अर्धवट स्वीकारतो म्हणून दुःखी आहे.
आपण आनंद स्वीकारतो आणि दुःख नाकारतो.
आपल्याला यश मान्य असतं.
अपयश नाकारतो या संघर्षातच दुःख आहे.

दिवस १६
दुःखमुक्तीचा मार्ग-प्रार्थना
विश्वास आणि प्रेमाची महान शक्ती

सातवं निवारण

मानवाद्वारे जेव्हा दुःखमुक्तीचा मार्ग शोधला गेला, त्या वेळी तो 'शोधच' त्याच्यासाठी प्रार्थना बनली.

एखाद्याच्या मनात दुःख जागृत होतं, तेव्हा हे दुःख दूर कसं होईल, अशी एखादी व्यक्ती आहे का जी त्याचं दुःख दूर करू शकेल? याचा विचार तो करतो. तेव्हा ते शब्द, ते भाव, ते विचार एका प्रार्थनेचं रूप धारण करतात. दुःखी अवस्थेत एक दिवस अचानक माणसाच्या आत उत्कट ऊर्मी जागृत होते आणि ते भावच प्रार्थना बनते. नंतर ते दुःख, ती समस्या हळूहळू कमी व्हायला लागते. काही असुविधा, उणीव निर्माण होताच माणसाला दुःख होतं आणि त्या दुःखामुळे त्याच्या मनात लगेच प्रार्थना उमटते. प्रार्थनेमुळे त्याला मनःशक्ती मिळून त्याचं दुःख त्वरित दूर होतं.

दुःखाच्या निवारणासाठी प्रार्थना एक औषध आहे. जिचा अत्यंत प्रभावी परिणाम आपल्या शरीरावर, मनावर आणि बुद्धीवर होत असतो. प्रार्थना सर्व जण करतात, पण प्रार्थनेसोबत काय करावं, हे अनेकांना माहिती नसतं. म्हणजे औषध

आहे, पण ते दिवसातून किती वेळा, किती चमचे घ्यायचं, याची कल्पना नसते. सर्व जण ईश्वराशी संपर्क साधण्याचा प्रयत्न करीत असतात, पण परिणाम दिसत नाही. याचा अर्थ असाही होऊ शकतो, की एकतर आपण प्रार्थनेचं महत्त्व जाणत नाही किंवा प्रार्थना करण्यात आपली निश्चितच काहीतरी चूक होत आहे.

प्रार्थनेत शब्द नेहमी सकारात्मक आणि भक्तिरसपूर्ण असावेत. प्रार्थनेत शब्दांना फार महत्त्व असतं. कारण काही शब्द आपल्यात असलेले आंतरिक भाव जागृत करतात, आपल्याला प्रेरणा देतात. तर काही शब्द नुसते ऐकूनही शरीरावर रोमांच उभे राहतात.

प्रार्थना नेहमी विश्वासानं आणि भक्तीनं केली पाहिजे. जसा आपला विश्वास असेल तसा आपल्याला प्रत्यय येतो. विश्वास अशी शक्ती आहे जिच्यामुळे प्रत्येक सकारात्मक गोष्ट आपल्या आयुष्यात येण्यास मदत होते. विश्वास प्रत्येकात असतो, पण जोपर्यंत तो कार्यरत होत नाही, तोपर्यंत कोणतंही कार्य साकारलं जात नाही.

प्रार्थनेमुळे आपण हवं ते प्राप्त करू शकतो. प्रार्थना केल्यानंतर धीर धरा! आज आपल्याला जे परिणाम हवे आहेत ते न मिळाल्यास त्यामागचं कारण लक्षात घ्या, 'पुढे यापेक्षाही चांगलं आपल्या आयुष्यात घडणार आहे. परंतु ते आता अदृश्यात असल्यामुळे दिसत नाही इतकंच! यासाठी वाट पाहा, संयम ठेवा, प्रार्थना बंद करू नका. ज्या गोष्टीसाठी तुम्ही प्रार्थना करत आहात ती तुमच्या आयुष्यात येणारच आहे. इतरांच्या मदतीसाठी प्रार्थना केली, तर तुमच्यापर्यंत मदत नक्कीच पोहोचेल. कुणाचं दुःख नष्ट व्हावं म्हणून प्रार्थना केलीत, तर तुमचं दुःख कमी होईल. दुसऱ्यांना पैसे मिळावेत म्हणून जर तुम्ही प्रार्थना करीत असाल, तर तुमच्या आयुष्यात पैसा वाढेल. इतरांच्या आनंदासाठी प्रार्थना केलीत, तर तुमचंही आयुष्य आनंदाने उजळून निघेल. दुसऱ्यांना तेजज्ञान मिळावं म्हणून प्रार्थना केलीत, तर तुमच्या जीवनात तेजज्ञानाची अनुभूती येईल.'

जीवनात एखाद्या भयंकर घटनेत जर तुम्हाला कोणताही आधार दृष्टिक्षेपात येत नसेल, अशा परिस्थितीत तर तुम्ही नक्कीच प्रार्थना करू शकता. प्रार्थनेचा परिणाम कोणत्याही क्षणी होऊ शकतो. 'आता प्रार्थना करून काही फायदा नाही.' असं कधीही म्हणू नका. वाईट प्रसंगात, कुठल्याही परिस्थितीत प्रार्थना करणं विसरू नका. अगदी प्रार्थना पूर्ण होऊन परिणाम जाणवत नसले तरीही! कधीकधी जीवनात प्रार्थना करूनही चुकीच्या वाटणाऱ्या घटनांवरून आपण अंदाज बांधतो आणि प्रार्थना करणं थांबवतो. पण बऱ्याचदा असंही होतं, की काही घटना त्या वेळेपुरत्या चुकीच्या होताना जाणवतात, पण प्रत्यक्षात अशा घटना विकासासाठी निमित्त असू शकतात. भूतकाळातील काही घटना आठवून पाहा. मग लक्षात येईल, की त्या वेळी जे झालं ते योग्यच होतं. नाहीतर आज आम्ही इतके सुखी नसतो. 'यासाठी पूर्ण एकाग्रता, भाव आणि विश्वासानं ही प्रार्थना म्हणा,

हे ईश्वरा! मी जी प्रार्थना करेन, ती कृपा करून तू ऐकू नकोस.
मी प्रार्थना तर करीत राहीन, पण तू तेच कर जे माझ्यासाठी योग्य असेल.
मी अज्ञानामुळे तुला काही वेगळंच समजतो,
यासाठी माझी प्रार्थना स्वीकारू नको.
माझ्यासाठी तू जे करू इच्छितोस तेच कर;
प्रार्थना तर मी करतच राहीन.

प्रार्थनेच्या शक्तीमुळे दुःखापासून मुक्ती सहज शक्य आहे. प्रार्थनेला परिणामकारक बनवण्यासाठी शब्द, भाव, विश्वास, धैर्य आणि मौनाचा उपयोग समजून उमजून करा आणि प्रार्थनेत होणाऱ्या चुकांपासून स्वतःला सावधान करा.

छोटीशी पण परिणामकारक प्रार्थना

'हे ईश्वरा मला दुःख देऊ नकोस.
जर दुःख दिलंस तर ते सहन करण्याची शक्ती दे.
जेव्हा शक्ती देशील,
तेव्हा तिचा उपयोग करण्याची समज दे.'

प्रार्थना ही शीतल पाण्याप्रमाणे आहे. प्रार्थनेचे शब्द शरीराचा दाह शांत करतात. प्रार्थना करताच माणसाची शांतता ग्रहण करण्याची शक्ती वाढते. म्हणजेच शांततेला तो स्वतःच्या अंतरंगात प्रवेश करू देतो. अशा प्रकारे शांतता पूर्ण शरीरात व जीवनात पसरून दुःखाचं निराकरण करते. खाली दिलेली प्रार्थना पूर्ण भाव, प्रेम आणि जागरूकपणे म्हणा.

मला ईश्वरानं बनवलं आहे. शांती आणि आनंद हा ईश्वराचा स्वभाव आहे,
तोच भाव माझ्या हृदयात आणि मनात पसरतो आहे.
ईश्वरानं या शांततेचा भंग व्हावा, असं काहीही बनवलेलं नाही.
माझ्या अशांतीचं जे काही कारण आहे ते त्या महाशक्ती ईश्वराच्या सूचीत नाही.
मी स्वतःला ईश्वराच्या हाती सुपूर्त करतो आहे.
जसं थकलेलं मूल आपल्या आईच्या कुशीत सुरक्षित असतं.
त्याचप्रमाणे मी ईश्वराच्या कुशीत आहे.
माझ्या सभोवताली आनंद तरंग पसरत आहेत
आणि त्या शांततेची जाणीव मला होत आहे.
(शांत राहा आणि अनुभवा की तुम्ही ईश्वरात सामावलेले आहात.)

मी ईश्वराच्या सान्निध्यात शांत आहे आणि अखंड शांतता अनुभवतो आहे.
दुःख, चिंता, राग, द्वेष अजून माझ्या मनात आहेत तरीही
मी शांत, आरामात आणि स्थिर आहे.
शांती..., शांती..., शांती...

याप्रमाणे प्रार्थना केल्यानंतर रोजच्या कामकाजाला सुरुवात करा आणि बाकी सर्व ईश्वरावर सोपवा. म्हणजे ईश्वर अडथळ्याशिवाय काम करू शकेल.

मी आनंदी आहे, कारण आता हे दुःख त्याच्या हाती आहे
माझ्या दुःखाचं निराकरण जगातल्या सर्वोत्कृष्ट हातात आहे
मी मजेत आहे, कारण स्वतः ईश्वर या दुःखावर इलाज करीत आहे

अशा प्रकारच्या प्रार्थना-प्रसादानं तुम्ही स्वतःचंच नव्हे, तर इतरांचंही दुःख दूर करू शकाल.

इतरांना दुःखापासून मुक्त करायचं असेल,
तर प्रथम स्वतः दुःखातून बाहेर पडा.

दिवस १७
दुःखमुक्तीचा सोपा नियम
निमित्त बना

आठवं निवारण

व्यक्ती दुःखी असते, तेव्हा तिचे विचार त्या दुःखाभोवतीच एकवटलेले असतात. ती सतत स्वतःच्या दुःखाबाबत विचार करीत राहते. हा विचार तिची विवेकशक्ती नष्ट करतो. मग तिच्यात चुकीची धारणा निर्माण होते, 'माझं दुःख आभाळाएवढं! दुसऱ्याचं मात्र खसखशी एवढं!' यासाठी जेव्हा दुःख होईल तेव्हा इतरांचं दुःख कमी कसं होईल ते पाहा. दुःखितांची सेवा करा. दुःखितांच्या सेवेमुळे मनाला समाधान व सुख मिळतं. इतरांचा फायदा करून तुम्ही स्वतः सुखाची अनुभूती घ्याल. सैतानाची (तुलना करणारं मन) सेवा केलीत, तर दुःखच पदरी पडेल.

आपलं प्रत्येक चांगलं कर्म सुखाचं आणि वाईट कर्म दुःखाचं कारण बनतं. या जगाचं कार्य, कारण आणि परिणाम यांच्या सिद्धान्तावर चाललं आहे. नकळत केलेलं कार्यसुद्धा माणसाच्या जीवनावर परिणाम घडवतं, हे या घटनेवरून आपल्या सहज लक्षात येईल.

एका भल्या माणसानं जंगलात एका वाघाच्या पायातला काटा काढला. काही

दिवसांनी गैरसमजुतीमुळे त्याला त्या देशाच्या राजाने तुरुंगात टाकलं. त्याला शिक्षा म्हणून भुकेल्या वाघाच्या पिंजऱ्यात सोडण्यात येणार होतं. साऱ्या प्रजेसमोर त्या माणसाला वाघासमोर फेकण्यात आलं. पण जस जसा तो वाघ त्या माणसाजवळ आला, तस तसा त्याला खाण्याऐवजी त्याचे पाय चाटू लागला. आहे ना आश्चर्य! राजा आणि सर्व प्रजाजन थक्क झाले. चौकशीअंती राजाला सर्व खरा प्रकार समजला. जो माणूस स्वतःच्या जीवाची पर्वा न करता, हिंस्र प्राण्याचं दुःख दूर करू शकतो तो चुकीचं काम कधी करू शकेल का? असा विचार करून राजाने त्या व्यक्तीला पुरस्कार देऊन मुक्त केलं.

त्या माणसाने वाघाच्या पायातला काटा काढून त्याला दुःखमुक्त केलं, तेव्हा त्याचे परिणाम काय होणार आहेत, हे कदाचित त्या वेळी त्याला कळलंही नसेल, पण त्या एका परोपकाराचा परिणाम किती चांगला झाला, हे सर्वांच्या दृष्टीस पडलं. काम कोणतंही असो, ते जर चांगल्या भावनेनं केलं, तर त्याचं फळही चांगलंच मिळतं. हे वरील उदाहरणावरून आपल्या लक्षात आलं असेलच. एक छोटंसं काम एका मोठ्या परिणामस्वरूपात पुढं येतं. अशा प्रकारे रोजच्या कामांचे परिणाम आणि त्याचे पडसादही आपल्या जीवनात दिसू शकतात. त्याची जाणीव आज आपल्याला होत नाही, पण त्या गोष्टीचं फळ मिळणार, हे निश्चित.

इतरांचा विकास होण्यासाठी केलेली मदतदेखील आपल्याला सर्वतोपरी सहायक ठरते. जीवनाचा हा अटळ सिद्धान्त आहे. कारण आपण सर्व जण एकमेकांशी जोडले गेलेलो आहोत. पण ते आपल्याला माहीत नाही एवढंच! इतरांच्या दुःखाचं निवारण करताना वास्तवात आपण स्वतःचं दुःख कमी करण्याचा प्रयत्न करीत असतो. कसं ते एका उदाहरणानं स्पष्ट होईल.

एके दिवशी नाक, कान, दात, तोंड, डोळे व हात या शरीराच्या वेगवेगळ्या भागांची सभा झाली. विषय होता, 'सगळे जण कामं करतात, पण पोट मात्र

काहीही काम न करता मजेत खाण्याचा उपभोग घेतं.' तेव्हा यापुढे पोटासाठी कोणीही काम करणार नाही, असा निर्णय त्या अवयवांच्या सभेत एकमुखाने सर्वांनी घेतला. म्हणजे हात डोळ्यांच्या मदतीनं अन्न तोंडात घालणार नाहीत, जीभ त्यात रस मिसळणार नाही, दात चावण्याचं काम करणार नाहीत वगैरे. परिणामतः पोटाला अन्न मिळणं बंद झालं, पण थोड्याच दिवसांत सर्वांना आपल्या चुकीची जाणीव झाली. कारण गेल्या काही दिवसांत पोटात अन्नाचा एकही कण न गेल्यानं शरीराच्या प्रत्येक अवयवातील शक्ती कमी कमी होत चालली. सर्व भागांना अशक्तपणा जाणवू लागला. हात-पाय गळून गेले, जीभ कोरडी पडली, भोवळ यायला सुरुवात झाली. तेव्हा सगळ्यांना स्वतःच्या चुकीची जाणीव झाली आणि त्यांनी आपला निर्णय बदलला.

या छोट्याशा पण गंभीर गोष्टीवरून लक्षात घ्या, की इतरांचं दुःख कमी करण्यासाठी जेव्हा तुम्ही त्यांना मदत करता तेव्हा त्यांच्यावर उपकार करीत नाही. प्रत्येकात ईश्वराचा अंश आहे, या भावनेनं कार्य करा. सेवा हे एक निमित्त असतं, कारण असतं. दुःखापासून मुक्त होण्यासाठी सेवा कारणीभूत ठरते आणि ज्या गोष्टीसाठी तुम्ही निमित्त बनता ती तुमच्या आयुष्यात वाढते. जीवन हे काही नियमांवर, काही धारणांवर चाललेलं असतं. आरसा जसा तुमची छबी दाखविण्यासाठी निमित्त बनतो, तसेच तुम्हीदेखील इतरांसाठी निमित्त बनू शकता. ज्या गोष्टीसाठी तुम्ही निमित्त बनता ती वस्तू, तो आनंद तुमच्या आयुष्यात वाढतो.

तुम्हाला जीवनात आनंद पाहिजे असेल, तर इतर लोकांच्या आनंदासाठी निमित्त बना. तुमच्या अवतीभोवती पुष्कळ दुःखी लोक आहेत. त्यांच्यासाठी तुम्हाला निमित्तमात्र बनायचं आहे. कुणाला गायक बनायचं असेल, तर तुम्ही गाणाऱ्याच्या आवाजाची तारीफ करा. त्याला प्रोत्साहन द्या. ज्यामुळे प्रेरित होऊन तो जास्त अभ्यास करेल आणि चांगला गायक बनेल. त्याचा आनंद तुम्हाला

तुमची दुःखं विसरायला लावेल. स्वतःच्या दुःखाकडं दुर्लक्ष करण्याची कला तर शिकालच, त्याचबरोबर तुमचा आनंदही वाढत जाईल.

तुम्हाला जीवनात जर पैसा हवा असेल, तर लोकांना पैसे मिळवण्यासाठी मदत करा. आयुष्यात भरपूर वेळ हवा असेल, तर इतरांना त्यांचा वेळ वाचवण्यासाठी मदत करा. तुम्हाला प्रेम हवं असेल, तर इतरांना त्यांचं प्रेम मिळवून देण्यासाठी मदत करा. एखाद्याला रेकीद्वारे मदत करत असाल, तर इतरांना आरोग्य देण्याचं माध्यम बनू शकता. अशा कार्याद्वारे तुमचं स्वतःचं आरोग्यही चांगलं होऊ शकतं. या नियमांचं पालन केलंत, तर आयुष्यात तुम्हाला प्रेम, समय, पैसा, आनंद, मौन, ज्ञान हवं ते सर्व काही मिळू शकेल.

अशाप्रकारे आपल्या आसपास शेवटच्या कॅमेऱ्यातून योग्य दृष्टिकोनातून पाहिलंत तर पुष्कळ दुःखं अशी आढळतील, जी तुम्हाला नाहीतच. तेव्हा ईश्वराचे आभार मानून लोकांची दुःख दूर करण्यासाठी वेळ काढा. एखाद्या दुःखी माणसाला शोधणं जितकं सोपं आहे, तितकंच दुःखापासून मुक्त होणंही सहज शक्य आहे.

जेव्हा तुम्ही दुःखी असाल,
तेव्हा इतरांची दुःखं दूर करा.

दिवस १८
दुःखमुक्ती दर्शन, शेवटचा दृष्टिकोन
'तो' आपणास पाहत आहे, हे सदैव लक्षात ठेवा

नववं निवारण

एक फुटबॉल खेळाडू होता. तो चांगला खेळायचा. अधूनमधून त्याचे वडील त्याचा खेळ पाहण्यासाठी येत असत. एक दिवस एका दुर्घटनेमुळे त्याच्या वडिलांची दृष्टी गेली. हळूहळू त्या खेळाडूचं कौशल्य कमी व्हायला लागलं. शेवटच्या मॅचमध्ये तर त्याला तंबी देण्यात आली, की जर त्याचा खेळ सुधारला नाही, तर त्याला काढून टाकण्यात येईल.

झालं असं, ज्या दिवशी त्याची शेवटची मॅच होती त्याच दिवशी त्याचे वडील वारले. त्याला सांगण्यात आलं, तुझी मनःस्थिती आज बरोबर नसणार. तेव्हा तू आज खेळायला आला नाहीस तरी चालेल, पण त्याने निश्चय केला, नाही! मी आज खेळणारच! आणि काय आश्चर्य त्या दिवशी तो अप्रतिम खेळला व ती मॅच जिंकून दिली. वडिलांचं निधन झालेलं असतानाही तो इतका छान कसा खेळू शकला, याचं सगळ्यांना आश्चर्य वाटलं.

या चमत्कारामागचं रहस्य काय, असं जेव्हा त्याला विचारण्यात आलं, तेव्हा तो म्हणाला, 'ज्या वेळी माझे वडील खेळ पाहायचे, त्या वेळी मी चांगलं

खेळायचो, पण वडिलांची दृष्टी गेल्यापासून माझी खेळातली आवड कमी होत गेली. जेव्हा त्यांच्या मृत्यूची बातमी आली तेव्हा मला असं जाणवलं, की ते आज माझा खेळ आकाशातून पाहणार आहेत. बस्स! या विचारानं सर्व काही बदललं.'

यावरून आपल्या प्रत्येक गोष्टीवर सतत कोणाचं तरी लक्ष आहे, हे जाणवलं तर आपलं प्रत्येक कर्म बदलू शकतं. ज्याप्रमाणे सिनेमाची दृश्यं पडद्यावर दिसत असतात तेव्हा ती चित्रित करणारा कॅमेरा आपण पडद्यावर पाहू शकत नाही. आपल्याला जर तो कॅमेरा पाहायचा असेल, तर आणखी एका कॅमेऱ्यानं शूटिंग करावं लागेल. पण तरी तो तिसरा कॅमेरा मात्र पडद्यावर दिसणार नाही त्याचप्रमाणे शेवटचा कॅमेरा कधीच दिसू शकत नाही. केवळ दृश्यं पाहून आपणाला कॅमेरा जाणवू शकतो. हा शेवटचा कॅमेरा म्हणजेच ईश्वर आहे, हे ध्यानात घ्या. या शेवटच्या कॅमेऱ्याची अनुभूती आपण घेतली तर त्याच्याप्रती प्रेम जागृत होऊन आपलं प्रत्येक कर्म सर्वोत्कृष्ट होऊ लागेल.

प्रत्येक अडचणीत, संकटात आपल्या आकाशातील वडिलांना, ईश्वराला पाहा आणि त्याला समर्पित व्हा! समर्पण म्हणजे ईश्वराशी संपर्काचं साधन.

माणसाला जर त्याच्या अज्ञानाची जाणीव करून दिली, तर तो दुःखद भावनेपासून क्षणार्धात मुक्त होतो. परंतु आपल्याला त्याचं अज्ञान लगेच दाखवता येत नाही; कारण परंपरागत विचारांमध्ये गुंतून तो आपली ग्रहण शक्ती हरवून बसलाय. कुठल्याही घटनेच्या बाबतीत आपल्याला दुःख वाटतं, कारण त्यामागे आपले पूर्वग्रह, मान्यता लपलेल्या असतात. त्यातून आलेला अपराध बोध शोधून तो प्रकाशात आणताच ते विचार मुळापासून नष्ट होतात. हाच दुःखमुक्तीचा कायम स्वरूपी उपाय आहे. माणूस शोध घेतो तेव्हा वस्तुस्थिती प्रकट होते व त्यानंतरच खऱ्या अर्थानं वास्तवात जगणं सुरू होतं.

खुश होताच माणूस वस्तुस्थितीवर प्रेम करू लागतो. दोन अज्ञानी माणसं जेव्हा एकत्र येतात, तेव्हा त्यांचं दुःख दुप्पट होतं. त्यामागचं कारण हे आहे, की पहिला जो दुःखी माणूस आहे त्याच्या सुजाणतेचा, चेतनेचा स्तर आधीच कमी झालेला असतो. म्हणजेच त्याची मनःस्थिती नकारात्मक असते. अशातच दुसऱ्यानं त्याला भेटून त्याच्याशी नकारात्मक संवाद साधला, तर त्याचं दुःख आणखी वाढणारच! त्याला या अवस्थेतून बाहेर काढण्यासाठी उच्चस्तरीय चेतना आणि सकारात्मक तरंगाची आवश्यकता असते. एक खुश माणूसच त्याला त्यातून बाहेर काढू शकतो. अजाणतेपणी माणूस मदत करण्याऐवजी समोरच्या माणसाचा त्रास वाढवतो. केवळ अज्ञानामुळे असं होऊ शकतं. कमीत कमी माणूस जेव्हा दुःखात असतो, तेव्हा तरी त्यानं खुश असायला हवं. कारण दुःखात उकल होत नाही. केवळ आनंदी अवस्थेतच दुःख दूर करता येतं. यासाठी कोणत्याही परिस्थितीत दुःखात खुश राहा. माणसाचा मूळ स्वभाव आहे खुश राहाणं. माणूस जेव्हा दुःखी होतो तेव्हा तो आपल्या मूळ स्रोतापासून, आनंदापासून दूर जातो म्हणून प्रथम कोणत्याही नकारात्मक परिस्थितीचा, दुःखद घटनेचा स्वीकार करायला हवा. जेव्हा आपण दुःखाचा स्वीकार करीत नाही तेव्हा त्याला किनारा देत असतो. त्यानंतर दुःखाची नदी खोल होत जाते आणि दुःखाचा किनाराच नष्ट झाला, तर आपलं दुःखही विलीन होऊन जातं. माणूस दुःखात खुश राहू शकत नाही, कारण प्रत्येक गोष्ट आपल्या तराजूत पारखून घेण्याची त्याची इच्छा असते. मन विचार करतं, प्रथम मी हे पाहीन... ते पाहीन... आधी माझ्या दुःखाचं निराकरण व्हावं... सांगितलं गेलेलं खरं आहे का... आधी ही गोष्ट पडताळून पाहीन... मगच मी खुश होईन... मनाच्या या सवयीमुळे माणूस खुश होण्याची वाट बघत बसतो. जे लोक लगेचच खुश होतात त्यांना परिणाम दिसू लागतात, सकारात्मक पुरावे मिळतात आणि खुश राहाणं त्यांच्या जीवनाचं अंग बनतं.

आनंदी असणारा माणूसच इतरांना आनंदी करू शकतो. आपल्याच दुःखात चूर असणाऱ्या माणसात इतरांना मदत करण्याची कुवत नसते. दुःखी माणूस केवळ दुःखच निर्माण करतो. म्हणून कोणत्याही दुःखद घटनेकडे दुःखी होऊन बघणं बंद करा आणि खुश व्हा.

आनंदी माणूस दुसऱ्याला दुःख देऊ शकत नाही,
दुःखी माणूसच इतरांना दुःख देतो. तेव्हा प्रथम 'तेजआनंद'
प्राप्त करा. मग क्रोध, द्वेष, तिरस्कार, अहंकार, लोभ, मोह,
भीती या गोष्टी जीवनातून आपोआप निघून जातील.
हा 'तेजआनंद' कुठे बाहेर नसून तो आपल्या अंतरंगातच आहे.

दिवस १९
ईश्वराप्रती समर्पित व्हा!
ईश्वराशी संपर्क करण्याची पद्धत

दहावं निवारण

भगवान, अल्ला, येशू अशा कोणत्याही ईश्वरी संकल्पनेवर आपला विश्वास असेल, तर त्याच्यासमोर आपले नातेवाईक, आपली दुःखं ठेवा. म्हणजे त्यांचा नैवेद्य ईश्वराला दाखवा. आपण देवाला नैवेद्य दाखवतो तेव्हा प्रसाद, लाडू वगैरे ईश्वरासमोर ठेवतो. जर ईश्वरानं त्यातील काहीही परत केलं नाही, तर तुम्हाला वाईट वाटेल का? नाही; कारण ईश्वरानं त्या प्रसादाचा स्वीकार केला आहे, असा याचा अर्थ होतो आणि प्रसाद उरला तर तो खाऊन आपण आनंदी होतो. अशाप्रकारे आपण आपलं सुख-दुःख, आनंद, सफलता, विफलता रोज सकाळी ईश्वरासमोर ठेवून त्याचा नैवेद्य दाखवा व सर्व काही त्याच्यावर सोपवा.

दिवसभरात जर काही दुःखं आली, तर ती ईश्वरानं तुम्हाला प्रसादाच्या रूपात परत केलीत, असं समजून ती स्वीकारा व त्याचा आनंद घ्या. सफलता मिळाली तर ईश्वरानं सफलता परत केली आहे, कुणी नातेवाईक मृत्यू पावला, तर ईश्वरानं त्याला त्याच्याकडेच ठेवून घेतलं आहे, असं समजा. मग तुम्हाला त्याचं दुःख होणार नाही, किमान निश्चितच दुःख कमी होईल. अशाप्रकारे तुमचा संपूर्ण

दिवस ईश्वराच्या आराधनेत व्यतीत होईल. ईश्वरानं जे परत केलंय, तो त्याचा प्रसाद आहे, या कल्पनेनंसुद्धा तुम्ही आनंदी राहू शकाल. हीच ईश्वराची खरी पूजा आहे आणि ईश्वराच्या सान्निध्यात राहण्याची कलादेखील... दुःखाचं निवारण, दुःखमुक्तीचा मार्ग, आनंदप्राप्तीकडे वाटचाल... अशा प्रकारे तुम्ही तुमच्या समस्या एक-एक करून नाही, तर एकत्रच विलीन करू शकाल.

एक व्यक्ती दररोज त्याची एक समस्या घेऊन गुरूकडे जात असे. प्रथम जेव्हा ती भीतीची समस्या घेऊन गेली, त्या वेळी गुरूंनी एक मंत्र दिला. 'मी ईश्वराचा अंश आहे, कोणतीही वाईट शक्ती मला स्पर्श करू शकणार नाही.' या मंत्राची पुनरुक्ती करून तिची भीती नष्ट झाली. पण आता तिला चिंतेनं ग्रासलं होतं. पुन्हा तिला समजावण्यात आलं, 'तू निराश होऊ नकोस. आकाशातील ढगांप्रमाणे तुझ्या विचारांकडे बघ. व्याकूळता, नैराश्य, लालच, द्वेष, असे विचाररूपी ढग समोरून जात-येत आहेत.' गुरूद्वारे मिळालेल्या या समजेवर अंमल करून ती व्यक्ती त्वरित चिंतेपासून मुक्त झाली.

अशा पद्धतीने भीती, चिंता यामधून एकेक करीत ती व्यक्ती मुक्त झाली. पण पुढे आणखी काही समस्या तिच्या जीवनात आल्या. प्रत्येक वेळी गुरूंकडे एक नवीन समस्या घेऊन जात राहिली. शेवटी गुरूंनी सांगितलं, 'समस्यांना एक एक करून नव्हे, तर एकत्रित विलीन करण्यास शिकलं पाहिजे. त्यासाठी प्रथम 'मी कोण आहे' हे जाणून घेणं आवश्यक आहे.' गुरूद्वारे मिळालेल्या या शेवटच्या उपायाचा अवलंब केल्यानंतर तो माणूस साऱ्या दुःखापासून मुक्त होण्यात यशस्वी झाला.

तुम्हीसुद्धा आपल्या तेजस्थानावर राहून ईश्वराशी संपर्क कसा करायचा, ईश्वराला समर्पण कसं करायचं, हे शिकून सतत तुलना करणाऱ्या मनापासून मुक्त व्हाल. कारण तुलनात्मक मन हेच दुःखाचं खरं कारण आहे आणि हृदयात दडलेलं आहे, दुःखमुक्तीचं रहस्य...

दिवस २०
हा काळही बदलेल
दुःखमुक्तीचं रहस्य

अकरावं निवारण

एका व्यक्तीनं आपलं मृत्युपत्र तयार केलं होतं. त्या मृत्युपत्रानुसार त्याच्या मृत्यूनंतर संपत्तीची वाटणी त्याने दोन मुलांमध्ये केली होती. शेवटी दोन तसबिरी राहिल्या. दोन्हींत सारखीच चित्रं होती. पण एकाची फ्रेम सोन्याची होती, तर दुसरीची लाकडी. थोरला मुलगा विचार करतो, बाबांनी सांभाळून ठेवली आहे म्हणजे त्यात नक्कीच काही तरी रहस्य असणार. तो आपल्या धाकट्या भावाला म्हणाला, ''सोन्याच्या फ्रेमची तसबीर मी ठेवतो. तू लाकडी फ्रेम ठेवून घे.'' थोरल्याची ही गोष्ट मान्य करून लहान भावाने लाकडी फ्रेम स्वतःच्या घरात लावली.

धाकटा जेव्हा ते चित्र पाहायचा तेव्हा त्याला वडिलांची आठवण येत असे. काही दिवसांनी चित्र अस्पष्ट होत चालल्याचं त्याच्या लक्षात आलं. चित्र अस्पष्ट का होतंय यामुळे तो विचारात पडला. पण त्यामागचं रहस्य मात्र त्याला उमगत नव्हतं. एकदा चिंतातुर अवस्थेत बसलेला असताना, 'बाबांनी या तसबिरीत काय रहस्य लपवलंय? एक सोन्याची आणि दुसरी लाकडी अशा तसबिरी का बनवल्या?

यामागे कोणतं गूढ असेल?' असे प्रश्नही निर्माण होत होते. काळाच्या ओघात त्याच्या लक्षात आलं, की लाकडी फ्रेम ठिसूळ होत आहे. फ्रेमवरचं चित्र गायब होऊन त्यावर काही शब्द उमटत होते. त्याने फ्रेम काढून मागे पाहिलं. तसबिरीमागे एक स्टिकर लावलेलं होतं. स्टिकर काढल्यानंतर तेथे असलेले शब्द हळूहळू स्पष्ट दिसू लागले. 'हे दिवसही जातील. ही वेळही बदलेल.' असे ते शब्द होते; त्याला वाटलं हे शब्द माझ्यासाठीच आहेत. माझी सध्याची परिस्थिती, दुःख सगळं काही बदलून जाईल, ही कठीण वेळही बदलेल.'

या प्रेरणा देणाऱ्या विचारांनीच तो आनंदित झाला. तसबिरीचं हे रहस्य जाणताच तो शांत झाला. मनातील कोलाहल थांबला. काही दिवसांतच सर्व काही बदललं. दुःखाचे दिवस संपले आणि सुखाच्या दिवसांची सुरुवात झाली. निराशेचं रूपांतर आनंदात झालं.

परंतु आनंदाच्या दिवसांतही, 'हे दिवस बदलतील' हे तसबिरीतले शब्द सतत त्याच्या नजरेसमोर होते. त्यामुळे सुखातही उत्तेजित न होता तो समतोल आयुष्य जगला. अशा प्रकारे सुखात किंवा दुःखातही शांत आणि स्थितप्रज्ञ राहिला. एवढंच नाही तर त्यानंतरही तो सदैव जागृत, संतुलित आणि समानतेनं आयुष्य व्यतीत करीत राहिला. अशा प्रकारे दुःखमुक्तीचं रहस्य अगदी थोडक्या शब्दांत सामावलेलं आहे. त्यानुसार अनुसरण केल्यास माणसाचं संपूर्ण आयुष्य बदलून महाजीवन बनतं. मोठा मुलगा, ज्याच्याकडे सोन्याची फ्रेम होती, त्याला हाय ब्लडप्रेशरचा त्रास झाला. मधूनमधून अॅटॅक आले. वेगवेगळे आजार त्याच्या पाठीमागे लागले. कारण दुःखात तो तणावग्रस्त राहिला आणि सुखात मजेत, मस्तीत. अशा प्रकारचं जीवन व्यतीत झाल्यामुळे त्याला अकाली वृद्धत्व आलं. कायम त्या सोन्याच्या फ्रेममध्येच गुंतून राहिल्यामुळे, तसबिरीचं रहस्य लक्षात आलं नाही. त्यामुळे तो कायम दुःखी राहिला.

'बदल हा निसर्गाचा नियम आहे.' या छोट्याशा, पण आशयपूर्ण गोष्टीचं सार लक्षात घ्या. बदल सुरुवातीला विचित्र वाटतो खरा. पण लोकांना बदलच नको असतो. त्यामुळे जसं चाललंय तसंच चालू राहावं, असं लोकांना वाटतं. परिवर्तन तुमच्यात नवा आत्मविश्वास निर्माण करतो. म्हणून माणसानं येणाऱ्या संधींसाठी पहिल्यापासून जागरूक असायला हवं. त्यासाठी योग्य जाणिवेसह, सामान्यबुद्धी ठेवून परिवर्तनाचं स्वागत करा! आनंदाच्या भरात आधी खूप जोशानं व नंतर ढिलेपणानं काम करू नका. मध्यममार्ग स्वीकारा. मनात सतत सकारात्मक विचार ठेवा. भूतकाळाबद्दल पश्चात्ताप करण्यापेक्षा येणारा काळ सुंदर कसा होईल हे पाहा. वयानं मोठे झालो आहोत, तर भावनेच्या दृष्टिकोनातूनही मोठे होणार, याबद्दल विश्वास बाळगा. परिवर्तनाला घाबरू नका. 'ही वेळही बदलेल' हा मंत्र नेहमी लक्षात असू द्या. येणारा काळ एका नव्या विश्वासानं, नव्या साहसानं जगा. सुरुवातीला बदल अवघड वाटेल. पण लवकरच हा नवा बदल तुमच्यात दृढ विश्वास उत्पन्न करेल आणि त्या आत्मविश्वासापुढे प्रत्येक समस्या, दुःख किरकोळ वाटतील, यात शंकाच नाही.

एका बीजामध्ये जंगल समाविष्ट आहे.
कारण बीज म्हणजे ईश्वर आणि
वृक्ष म्हणजे त्याची शक्ती. सर्व जग ईश्वराची
शक्ती आहे. म्हणून एकात अनेक व अनेकांत एक आहे.

दिवस २१
परिवर्तनात खळखळून हसा
ईश्वराची इच्छा जाणून घ्या

बारावं निवारण

आनंदाची भावना दुःखाच्या कारणाला दूर ठेवते. यासाठी दररोज कमीत कमी तीन वेळा अकारण हसा व आपलं हास्य ऐका. 'ईश्वर या शरीराशी हसण्यासाठी जोडला गेला आहे की रडण्यासाठी?' असं स्वतःलाच विचारा, जर उत्तर आलं 'हसण्यासाठी' तर हसून ईश्वराची इच्छा पूर्ण करा. त्यानंतर आणखी एक प्रश्न विचारा, 'मग कुणाची इच्छा महत्त्वाची आहे, ईश्वराची की माणसाची?' ईश्वराच्या इच्छेला जर तुम्ही महत्त्व द्याल, तर सदा खुश राहाल.

अज्ञानामुळे माणूस सदा न कदा रडत असतो. पण ईश्वर हा माणसासोबत आनंदासाठी, हसण्यासाठी जोडला गेला आहे, हे जाणल्यावर मात्र तुम्ही हृदयापासून हसाल. मग ते हास्य काल्पनिक किंवा मनोरंजक, तसेच शब्दांमुळे निर्माण झालेलं नसेल तर समजेद्वारे निघालेलं आंतरिक हास्य असेल. 'कोणतीही वस्तू, व्यक्ती, वातावरण, व्यापार किंवा घटना यांच्यातील बदलामुळे माझ्या हसण्यात काही फरक पडणार नाही,' अशी ती समज असेल. अशा प्रकारे बदल होताना हसतमुख राहिल्यामुळे दुःख हे वेदना न ठरता औषध बनेल.

आजपर्यंत अनेक वेळा आपण हसलो आहोत, पण स्वतःचं हसणं कधीही ऐकलं नाही. आता काही क्षण हे पुस्तक वाचणं बंद करा व जोरजोरात हसा. (तुम्ही एकटे असाल तर) आपल्या हसण्यावर लक्ष द्या.

आज विज्ञानाने हे सिद्ध केलं आहे, की नियमितपणे हसणारे लोक आपल्या शरीराला हानी न पोहचू देता सहजपणे दुःख सहन करू शकतात. यासाठीच तर आज जागोजागी 'हास्यक्लब' सुरू झाले आहेत, तिथे लोक मनसोक्त हसतात आणि ज्या गोष्टीकडे तुम्ही लक्ष देता ती गोष्ट आयुष्यात वाढते. म्हणून जेव्हा कधी हसण्याची संधी मिळेल, तेव्हा तुम्ही स्वतःचं हास्य नक्की ऐका. जितकं आपल्या हसण्याकडे लक्ष द्याल, तितकं आपलं हास्य वाढेल. 'जसा विश्वास ठेवाल तसे पुरावे मिळतील.'

हसणारा माणूस पूर्ण उमललेल्या फुलासारखा असतो. त्याच्याकडे बघून इतरांना जीवनाचं दर्शन घडतं. 'जीवन आजही जगण्यासारखं आहे, या गोष्टीचं दर्शन हसणारा माणूस सहजपणे घडवतो.' कारण हसणं मनाची समज आणि भावदशेवर निर्भर असतं. आपलं हास्य आपला दृष्टिकोन निर्धारित करतो. यासाठी आपल्याला प्रथम आपला दृष्टिकोन बदलायला हवा. हसणं ही एक पवित्र अभिव्यक्ती आहे. हसणाऱ्या माणसाला कधी कोणाला त्रास देण्याची गरज पडत नाही. असा माणूस इतरांवर केवळ फुलांचाच वर्षाव करतो. पण रडणारा माणूस मात्र नेहमीच इतरांना काटे टोचतो. आज जगात हिंसा करून हसण्याचं कारण लोक शोधत राहतात. परंतु आपापसांत भांडणाऱ्यांना हे हास्य रहस्य कसं गवसणार. ते जाणायचं असेल, तर माणसाला जीवनाकडून शिकावं लागेल. प्रत्येक क्षणी निसर्ग आपल्याला हे रहस्य समजावत असतो. निसर्गात आपल्याला सर्वत्र हास्याचं कारंजं उडताना दिसतं. कोणत्याही पक्ष्याच्या डोळ्यांत पाहा... प्रत्येक झऱ्यात डोकावून बघा... प्रत्येक पाना-फुलांकडे पाहा... सर्वत्र हास्य आहे, आनंद आहे, हेच जाणवेल.

कुणी विश्वास ठेवत असेल की जीवन हे बदलासाठी आणि हसण्यासाठी आहे, तर त्याला तसे पुरावे मिळतील. जीवन म्हणजे दुःखाचा सागर आहे, असा विश्वास कुणी ठेवला, तर त्याला तसाच अनुभव येईल. म्हणून सर्वप्रथम तुम्ही तुमचा विश्वास बदला व दुःखाचं दुःख करणं बंद करा.

जो दुसऱ्याला हसतो, तो मूर्ख माणूस. जो आनंदात हसतो,
तो एक सामान्य माणूस आणि जो दुःखात हसतो,
तो समजूतदार माणूस असतो, कारण तो जाणतो की
बदल हा जीवनाचा नियम आहे.

दिवस २२

दुःखाचं दुःख हेच खरं दुःख आहे

दुहेरी दुःखापासून मुक्ती मिळवा

तेरावं निवारण

दुःखाचं तेरावं निवारण सखोल चिंतन केल्यानंतरच समजू शकतं. म्हणून त्याला छोट्या-छोट्या प्रश्नांद्वारे आपल्यासमोर मांडलं आहे. त्यायोगे हे पुस्तक वाचून पूर्ण होण्याआधीच, सखोल चिंतनाद्वारे दुःखाचं दुःख करणं त्वरित बंद कराल.

माणूस दुःखी का आहे?

दुहेरी दुःखामुळे

दुहेरी दुःख काय असतं?

दुहेरी दुःख म्हणजे दुःखाचं दुःख करणं. समजा एखाद्या कारणामुळे तुम्ही त्रस्त आहात, तुमच्या शरीराला काही पीडा होत असेल, तर हे दुःखाचं एक कारण झालं. पण ते दुःख होताच तुलनात्मक मन येऊन म्हणतं, की ही वेदना मलाच का? दुसऱ्यांना का नाही? केव्हा हा त्रास संपेल? या विचारांमुळे शरीराचं दुःख दहापटीनं वाढतं. वास्तविक शरीराला जो त्रास होता, त्यासाठी औषध घ्यायला तुम्ही सुरुवातही केली होती, नैसर्गिकपणे तो त्रास दूरही होत होता, पण मनरूपी काट्यानं त्याला

'माझं' दुःख बनवलं.

माणसाला दुःखच होऊ नये, असा याचा अर्थ आहे का?

नाही, दुःख असलं, तरी दुःखाचं दुःख नसावं.

याचा नेमका अर्थ काय?

याचा अर्थ माणसाचं तुलनात्मक मन, जे मध्येच येऊन दुःखाच्या स्थितीचं इत्थंभूत वर्णन करतं. वास्तविक असं व्हायला नको.

असं कसं होईल?

तुम्हाला जरी राग आला तरी त्याचा त्रास होऊ द्यायचा नाही. लहान मुलं जशी खूप चिडतात, रागावतात, पण दुसऱ्याच क्षणी शांत होऊन खेळत राहतात. पण तुम्ही मात्र आधी रागावता व त्यानंतर विचार करता, की मी का रागावलो? खरंतर मी रागवायला नको होतं. घटना घडून गेल्यानंतर, तासन्‌तास त्यावर जो विचार केला जातो वास्तविक त्यामुळे माणसाला त्रास होतो. क्रोधावर जो क्रोध येतो तो मनाला त्रास देतो. जसजसं दुःखाचं सम्यक दर्शन होईल, समज वाढेल, तसतशी दुहेरी दुःखातून तुमची सुटका होईल.

म्हणजे एकटं दुःख त्रास देऊ शकत नाही तर?

अजिबात नाही.

ते कसं?

दुःखाचा स्वीकार होत नाही, तेव्हा दुहेरी दुःख सुरू होतं. म्हणजे माझ्याच वाट्याला दुःख का? असा प्रश्न मनात वारंवार उद्भवतो. पण दुःखाचा स्वीकार केला जाताच दुःख, दुःख देत नाही. रागाचा राग येत नाही. निराशेमुळे निराशा येत नाही. या गोष्टी तुमच्यासोबत घडू लागताच तुम्हाला समजेल, की अस्वीकार दुःख

आहे, स्वीकार सुख आहे. म्हणून जरी चिंता निर्माण झाली, दुःख आलं तरी तुमच्या शरीराद्वारे नक्कीच काही काम करवून घ्यायचं असेल, अशी समज असायला हवी.

चिंता किंवा दुःख यामुळे जे काम तुमच्याकडून होणार आहे ते तर होईलच; शिवाय विकासाच्या वाटचालीत तीच कामं दुःखमुक्तीचा मार्ग बनतील. या संधीचा जर तुम्ही लाभ घेतला, तर चिंतेची चिंता, भीतीची भीती आणि दुःखाचं दुःख करणं बंद होईल. विद्यार्थ्यांना परीक्षेची भीती असते म्हणून ते अभ्यास करतात, कारण ही भीतीच त्यांच्या प्रगतीमध्ये सहयोग देते. म्हणून त्यांच्यासाठी भीती आवश्यक असते. दुहेरी चिंतेपासून, दुहेरी भीतीपासून दूर राहिलात, तरच तुम्हाला दुःखाच्या दुःखापासून मुक्ती मिळेल. यानंतर जेव्हा दुःख होईल तेव्हा खाली दिलेल्या पाच पंक्तींचा अवश्य लाभ घ्या.

* दुःख येताच त्या दुःखाचा स्वीकार करा.
* दुःखावर नवीन दुःख आणण्याची गरज नाही. अज्ञानामुळे दुःखाचं दुःख होतं.
* दुःखामुळे होणारं दुःख होणार नाही, तेव्हा दुःख दूर करणं सोपं जाईल.
* या दुःखामुळे माझ्या जीवनात परिवर्तन होणार आहे. हे परिवर्तन माझ्या विकासामध्ये सहयोगच करेल.
* काही काळानं दुःख नाहीसं होताच एक नवी दृष्टी मिळेल. दुःखाकडे नव्या ढंगानं बघण्याची कला हे दुःख शिकवून जाईल.

प्रत्येक दुःखातून तोच बाहेर येतो ज्यानं स्वतःला जाणलं आहे. त्यानंतरच तो इतरांना योग्य मदत करू शकतो.

दिवस २३
दुःखाकडे कसं बघाल

दुःखापासून दूर

चौदावं निवारण

माणसाच्या जीवनात दुःख जवळ व आनंद दूर असतो. जेव्हा अशी घटना घडेल तेव्हा नवीन दूरदर्शनचा वापर अवश्य करा. दूरदर्शन आपल्याला दूरच्या गोष्टी जवळ आणून दाखवतं. पण, नवीन दूरदर्शन जवळ असलेल्या गोष्टींना दूर नेऊन दाखवेल. कसं ते खालील उदाहरणावरून समजून घेऊया.

रस्त्यानं जात असताना एका व्यक्तीनं माझा भर चौकात अपमान केला. त्यामुळे मला अतिशय त्रास झाला. वाटलं त्याला चांगली अद्दल घडवावी. पण तसं करू शकलो नाही, त्यामुळे मी अधिकच त्रस्त झालो. काय करावं काही सुचत नव्हतं. पण ही घटना जर एका वर्षानंतर मला अचानक आठवली, तर त्या वेळी मला माझ्याच रागावर हसायला येईल. त्या आठवणीने मला दुःख होणार नाही आणि जर असं असेल, तर आजच्या घटनेकडे एक वर्ष पुढे जाऊन मी पाहू शकेन. त्या वेळी अपमान झाल्याक्षणी होणारं दुःख मला होणार नाही. किंबहुना एखाद्या दुःखद वाटणाऱ्या घटनेचा चटकन स्वीकारही होईल. थोडक्यात सांगायचं झालं, तर नवीन दूरदर्शनच्या मदतीनं स्वतःला प्रश्न विचारून अधिकाधिक समस्यांचा तुम्ही सहजपणे स्वीकार करू शकाल.

एखादी दुःखद घटना घडते, तेव्हा एका वर्षानंतर मी या घटनेकडे कसं बघेन? असा प्रश्न स्वतःलाच विचारा. एक वर्षानंतर ही घटना माझ्यावर किती परिणाम करेल? त्या वेळी मी या घटनेकडे जसं बघणार आहे, तसंच आजदेखील पाहू शकतो का? जर तुमचं उत्तर हो असेल, तर तुम्ही त्वरित दुःखापासून मुक्त होऊ शकता. किमान दुःख कमी तरी करू शकता.

एका व्यक्तीच्या जीवनात घडलेला हा किस्सा आहे. एक वर्षापूर्वी तिला नोकरीवरून काढलं. ज्या दिवशी नोकरीतून काढण्यात आलं त्या दिवशी तिला खूप मानसिक त्रास झाला. पण आज एक वर्षानंतर ती तिच्या व्यापारात खूप खुश आहे. एक वर्षानंतर तिच्या मनात, 'किती छान झालं त्या वेळी मला नोकरीवरून काढून टाकलं ते! तसं झालं नसतं तर मी आज स्वतःचा व्यापार करू शकलो नसतो.' असेच विचार येतात. हाच विचार एक वर्षापूर्वी केला असता, तर त्या वेळी झालेला मानसिक त्रास खचीतच वाचला असता, इतकंच नाही तर झालेल्या दुःखापासून मुक्ती मिळाली असती. म्हणून नेहमी नवीन दूरदर्शनचा वापर करा. आजच्या घटनेला जरा दूर नेऊन पाहा. बघा मन कसं शांत होतंय ते.

कोणतंही दुःख, यातना घेऊन येत नसतं. ते आपल्यातील अनेक कलागुणांना वाव देण्यासाठी, आपल्याला जागृत करण्यासाठी येत असतं. जितक्या लवकर त्याचा स्वीकार कराल, तितक्या लवकर जागरूक होऊन स्वयंविकासाला सुरुवात होईल. त्यासाठी नवा दृष्टिकोन समजून घ्या आणि तो अंगिकारा.

प्रत्येकाच्या मनात आपल्या कुटुंबीयांविषयी प्रेमाची भावना असते. जेव्हा माणूस कुटुंबीयांना दुःखी, आजारी बघतो तेव्हा तोही दुःखी होतो. अज्ञानामुळे माणसाकडून ही चूक होते. तो आपल्या प्रियजनांकडे दुःखी नजरेने बघून त्यांचं दुःख कमी करत नाही, तर वाढवतो. प्रथम ही चूक सुधारायला हवी. समोरच्या व्यक्तीकडे दुःखाच्या चष्म्यातून नव्हे, तर खुशीच्या चष्म्यातून पाहायला शिकायचं आहे.

दिवस २४
दुःखावर उपाय नाही, नवा दृष्टिकोन हवा
'शिफ्टिंग' योग्य उपाय

पंधरावं निवारण

दुःखावर उपाय शोधणं हा त्यावरचा खरा उपाय नाही, तर उपाय मिळण्यासाठी आपल्याला जागा तयार करायची आहे. समस्या आल्यानंतर आपण दुःखी होतो. त्या दुःखानं आक्रसून जातो. त्यामुळे समस्येचं निराकरण तर होत नाहीच, परिणामी आपण निराश होतो. परंतु आता आपल्याला उपाय शोधण्याची गरज नाही, असं जेव्हा तुम्हाला वाटेल तेव्हा खरा उपाय मिळालेला असतो, हे लक्षात घ्या.

माणूस प्रत्येक दुःखानंतर मुक्त होण्यासाठी उपाय शोधत असतो. पण दुःखी मन सोपा उपायसुद्धा शोधू शकत नाही. मन शांत होताच त्यावरचा उपाय दिसू लागतो. खरंतर दुःखावरचा उपाय दुःखाच्या पाठोपाठच येतो. रात्रीनंतर दिवस जसा आपोआप येतो, आजारी पडल्यानंतर माणूस इलाज व आराम करतो. याचाच अर्थ दुःखावर उपाय शोधण्यासाठी आपल्याला तणावरहित राहणं अत्यावश्यक आहे. तणाव दूर झाल्यानंतरच समस्यांवर उपाय सापडतो. आपल्या केंद्रस्थानी (तेजस्थान, हृदय) स्थित होणं, उपाय शोधण्यापेक्षा जास्त आवश्यक आहे. नाहीतर दुःखाच्या विचारांमध्ये गुरफटून आपण सोपा उपायसुद्धा कठीण करून टाकतो. वर दिलेली

समज ही तुम्हाला प्रत्येक दुःखात मदत करेल.

दुःख येताच आपलं लक्ष दुःखापासून दूर करून प्रथम स्वतःला शांत करा. दुःखापासून लक्ष बाजूला करणं ही एक कला आहे. ही कला अवगत करणं फारसं अवघड नाही. ज्यांचा दृष्टिकोन बदलतो ते म्हणतात, 'दुःखापासून लक्ष हटवणं आणि मन हृदयावर टिकवून ठेवणं खूप सोपं आहे.' आपल्या चारही बाजूला काही लोक सदोदित दुःखाने घेरलेले दिसतात. त्यांना पाहून आपल्या मनात कोणते विचार येतात? आणि योग्य जाणीव झाल्यानंतर, समज प्राप्त केल्यानंतर कोणते विचार येतील? या दोन महत्त्वपूर्ण गोष्टी समजून घेऊन दोन्हीमध्ये आपण कुठे आहोत, याचा विचार करायचा आहे. मनात एखाद्या गोष्टीचा विचार निर्माण होताच आपण जर त्यातच हरवून गेलो, तर त्यामुळे दुःख निर्माण होईल. विचारांकडे जर तटस्थ भावनेने पाहू शकलो, तर मग आनंद आपलाच.

आकाशातील ढगांकडे एकटक पाहिल्यास आपल्याला वेगवेगळे आकार दिसायला लागतात. मग आपण मित्राला सांगतो, 'अरे, बघ त्या ढगाचा आकार कसा हत्तीसारखा झाला आहे. तो ढग बघ कसा एखाद्या आक्राळ-विक्राळ राक्षसासारखा पुढं येत आहे.' तेव्हा मित्र म्हणतो, 'काहीही काय सांगतो. मला तर असं काहीच दिसत नाही. कसं दिसणार? त्यासाठी एक वेगळी दृष्टी असावी लागते. तीच नसेल तर काही दिसणार नाही.' पण योग्य दृष्टिकोन असेल तर बऱ्याच गोष्टी साध्य होतात. झालेल्या दुःखावरून आपलं लक्ष हटवण्यासाठीही 'अशी' दृष्टी उपयोगी पडते.

'आज मला शब्दांवर काम करायचं आहे.' असा ज्या दिवशी तुम्ही पक्का निश्चय केलेला असतो, नेमकं त्याच दिवशी सर्व जण तुमच्याशी चांगलं बोलतात. तेव्हा तुम्हाला वाटतं, 'अरेरे, माझं तर उद्दिष्टच पूर्ण झालं नाही. वास्तविक मला हे पाहायचं होतं, की आज जर माझ्याशी कुणी नीट बोललं नाही, तर मला काय

वाटेल? त्या वेळी मला मौनात, स्वानुभवात कसं जाता येईल?' अशा तऱ्हेने त्या दिवशी सर्व जण तुमच्याशी चांगलं बोलले आणि संध्याकाळी जर एखादी व्यक्ती तुमच्याशी नीट बोलली नाही, तर ती तुमच्यासाठी महत्त्वपूर्ण असेल. यालाच म्हणतात, शिफ्टिंग, योग्य दृष्टिकोन. कारण तिच्यामुळे तुमच्या अवस्थेचं अवलोकन करता आलं.

शिफ्टिंगचा अर्थच हा आहे, 'जी गोष्ट सुरुवातीला चुकीची, अयोग्य वाटते तीच नंतर योग्य वाटते. ही शिफ्टिंग, हा दृष्टिकोन सगळ्यांना मिळणं गरजेचं आहे. ज्या गोष्टीमुळे तुम्हाला आधी दुःख होत होतं, तीच आज आनंद देत असेल, तर निश्चितच हे शिफ्टिंग आहे, असं समजायला हरकत नाही. तुमच्या जीवनात जर काही दुःख असेल, तर नक्कीच तुम्हाला शिफ्टिंग आवश्यक आहे. लोकांना वाटतं,'अमुक अमुक लोकांमुळे मला त्रास होतो, प्रथम त्यांनी बदललं पाहिजे. तेव्हाच मी आनंदी होईल.' अशी तुमची पक्की खात्री असेल, तर एडिसनपेक्षाही जास्त मेहनत तुम्ही घेतली, तरी सफल होणार नाही. कारण तुमची विचारांची दिशाच चुकीची आहे. योग्य दिशेनं काम केलं, तर तुम्ही जिथं आहात तिथंच तुमच्या समस्येच्या उपायाचं द्वार उघडेल. निराकरणरूपी उपहार गवसेल तुमच्या मनाला जर योग्य दिशा मिळाली, तर जिथं तुम्ही उभे आहात, तिथंच तुमच्यासाठी मुक्तीचं मंदिर खुलं होईल.

अमुक समस्या दुःखी करीत आहे, भीती दाखवत आहे, ही गोष्ट सुरुवातीला त्रासदायक ठरते. परंतु जीवनाचं हे महान रहस्य समजताच तुमची सारी दुःखं एकदमच नाहीशी होतील, विलीन होतील. माणसाजवळ त्याच्या प्रत्येक दुःखावरचा इलाज आहे, फक्त त्याकडे बघण्याचा दृष्टिकोन त्याने बदलायला हवा.

दुःखावर उपाय शोधण्यासाठी तुम्हाला कुठं दूर जायचं नाही, तर केवळ ही शिफ्टिंग प्राप्त करायची आहे. आज जे दुःख तुम्हाला आहे, त्यासाठी 'उपाय

पाहिजे' असं न म्हणता 'शिफ्टिंग पाहिजे' असं म्हणा. एखादी घटना जर दुःखद वाटत असेल, तर तुम्हाला नव्या दृष्टिकोनाची गरज आहे, असं खुशाल समजा. एखाद्या घटनेमुळे आनंद मिळत असेल, तर तुम्हाला शिफ्टिंग मिळालेली आहे. त्यानंतर माणसाचं दुःखच त्याच्या शोधाची शक्ती बनते. बुद्धांनीदेखील आपल्या शोधामध्ये दुःखालाच बळ आणि शक्ती बनवलं. तर मग आपणही निश्चितपणे असं करू शकतो.

'मला जीवनात कोणत्या गोष्टीचं दुःख होतं? असा प्रश्न प्रत्येकानं स्वतःला विचारला, तर उत्तर येईल, 'अमुक एक माणूस मला आखडू वाटत आहे' तेव्हा त्या माणसाचा आखडूपणा कमी व्हायला हवा, की मला शिफ्टिंग मिळावी?' 'हा माणूस मला काही कामाचा वाटत नाही.' असं जर कोणी म्हणत असेल, तर त्या माणसाला कामाचं बनवावं, की आपला दृष्टिकोन बदलायचा? नव्या दृष्टिकोनातून जर तुम्हाला शिफ्टिंग मिळाली, तर तुम्हीच म्हणाल, 'अरेच्या हा माणूस तर खूप कामाचा आहे. याला याच कामासाठी ठेवलं पाहिजे. आता त्याला कामावरून काढण्याची गरज नाही. 'जीवनामध्ये जे कोणत्याही कामाचे नाहीत अशा लोकांचंसुद्धा काम आहे' ही शिफ्टिंग महत्त्वाची आहे. नाही तर तुम्ही म्हणाल, 'हा कामातून गेलेला आहे, त्याला लगेच काढून टाका.' थोडा विचार केल्यानंतर लक्षात येईल त्याही माणसाचं काम आहे. परंतु ते थोडं वेगळ्या प्रकारचं आहे, जे ताबडतोब दिसत नाही एवढंच! काही लोकांचं काम, सेवा लवकर दिसून येते. 'हा अमुक अमुक काम करत आहे, हा माणूस प्रबंधक आहे, हा शिक्षक आहे.' परंतु काही माणसांचं काम व महत्त्व ताबडतोब दिसून येत नाही, ते लवकर समोर येत नाहीत.

एखादी व्यक्ती म्हणते, 'मला गोड खायला द्या,' पण त्या माणसाला कोणत्या गोष्टीची गरज आहे, हे डॉक्टरांना माहिती असतं, कारण त्यांनी गोड खाणाऱ्याचा ब्लड रिपोर्ट बघितलेला असतो, त्यामुळे त्याला सांगितलं जातं, 'तुला गोड पदार्थांची

नव्हे, तर कारलं खाण्याची अधिक गरज आहे.' यासाठी तो माणूस आधी तयार होणार नाही. तो म्हणेल, 'मला केळी दिली तरी चालतील, पण कृपया कारलं देऊ नका. वास्तविक त्याचा ब्लड रिपोर्ट सांगतोय, की त्याला कारल्याची म्हणजेच शिफ्टिंगची अत्यंत गरज आहे. अशा प्रकारे दुःखावर शिफ्टिंग मिळताच आपल्याला दुःख मुक्तीचं औषध आणि नवी दृष्टी मिळेल आणि ती खूप महत्त्वपूर्ण असेल.

एखादी घटना जर तुम्हाला दुःखद वाटत असेल, तर निश्चितच तुम्हाला शिफ्टिंग (नवा दृष्टिकोन) ची गरज आहे. दुःखद घटनेमध्ये जर तुम्हाला आनंद वाटत असेल, तर तुम्हाला शिफ्टिंग मिळालेलं आहे.

दिवस २५
आपणच आपले दुःखनिर्माता
कोण जास्त क्रूर

सोळावं निवारण

माणूस आपल्या जीवनात अनेक प्रश्नांचा सामना करून दुःखी होतो. तो या दुःखासाठी नातेवाईक, बॉस, नोकरी, नशीब अशा काही गोष्टींना कारणीभूत ठरवतो. परंतु, आपल्या दुःखाचं मूळ कारण तो शोधत नाही. इतकंच काय, पण ते जाणून घेण्याचा साधा प्रयत्नही कधी करीत नाही.

एखादा म्हणतो, 'अमुक अमुक माणसाने अपशब्द बोलून माझा अपमान केला, इतकं दुःख दिलं आहे, की आजही ती घटना मला सतत आठवते. मी ती विसरूच शकत नाही. तो माणूस कुठे दृष्टीस पडला तरी मला अतिशय दुःख होतं, त्याचा मनस्वी राग येतो. खरंतर त्या घटनेला दहा वर्षे उलटलेली असतात. परंतु आजही तो त्या घटनेचं दुःख उगाळत असतो.

अशा लोकांना विचारण्यात येतं त्या माणसानं तुम्हाला जास्त दुःख दिलं आहे, की तुम्हीच स्वतःला जास्त दुःख देत आहात? कारण ती घटना दहा वर्षांपूर्वी घडल्यामुळे प्रत्यक्षात त्या वेळी त्या माणसानं तुम्हाला किती वेळ दुःख दिलं? दहा मिनिटं... पंधरा मिनिटं... अर्धा तास... यापेक्षा जास्त दुःख त्या घटनेनं तुम्हाला

निश्चितच दिलेलं नसणार. तरीही दहा वर्षांपासून ती घटना आठवून आठवून तुम्ही मनस्ताप करून घेऊन स्वतःला दुःख देत असता. तेव्हा दोघांमध्ये जास्त क्रूर कोण? त्या माणसानं तुम्हाला दुःख दिलं हे खरं आहे, पण त्या घटनेवर पुनःपुन्हा विचार करून तुम्ही स्वतःला जे प्रचंड दुःख देत आहात! त्याचं काय? तेव्हा प्रत्यक्षात खरं दुष्ट कोण? तो माणूस की तुम्ही? याचा जरा विचार करा आणि स्वतःवरच दया करून शोध घ्या दुःखाच्या मूळ कारणाचा...

अशा प्रकारे जर कुणी खरोखरंच आपल्या दुःखाचा शोध घेतला, तर त्याच्या दुःखाच्या अंताची सुरुवात होईल. जेव्हा एखादा माणूस आपल्या दुःखाचा योग्य दिशेनं, समजूतदारपणे शोध घेतो, तेव्हा तो दुःखात दुःखी न होता, खुश होतो. म्हणून प्रथम तुम्ही स्वतःला दुःख देणं बंद करा, नंतर इतरांकडून अपेक्षा ठेवा, की त्यांनी तुम्हाला दुःख देऊ नये.

आपल्या विचारांद्वारे आपण स्वतःलाच त्रास देत आहोत, हे दुःखाचा शोध घेण्यापूर्वी माणसाच्या लक्षातही येत नाही. पण समज प्राप्तीनंतर त्याला वाटतं, 'अरे, या ढंगाने तर मी कधी विचारच केला नव्हता. मीसुद्धा किती मूर्ख आहे, वास्तविक प्रत्येक वेळी तीच ती घटना आठवून स्वतःलाच दुःख देत राहिलो.'

अशा तऱ्हेने जेव्हा कुणी विचार करेल, शोध घेईल तेव्हा तो दुसऱ्यांविषयी तक्रार करणं आणि स्वतःला दुःख देणं बंद करेल. कारण दोष इतरांमध्ये नसून स्वतःमध्येच आहे, हे आता त्याला कळून चुकेल.

दुःखाचा शोध घेत असताना 'तुम्ही स्वतःला इतकं दुःख का देत आहात?' असं आरशासमोर उभं राहून स्वतःलाच विचारा. यापूर्वी ज्याने तुम्हाला दुःख दिलं त्याला पाहून 'त्यानं मला दुःख का दिलं?' असं सारखं म्हणत होता. पण आता हाच प्रश्न स्वतःला विचारा. हा प्रयोग केल्याने तुमचा स्वभाव व प्रामाणिकपणा

नजरेस येईल. ज्या गोष्टीची तक्रार आपण सतत करत असतो, कुठे तीच गोष्ट तर आपण करत नाही ना! ही गोष्ट प्रकाशात येणं जास्त महत्त्वपूर्ण आहे.

समोरच्या माणसाने शिवी दिल्याने तुम्हाला वाईट वाटलं. पण आता तुम्हीदेखील, 'कुणाला शिवी देऊ नकोस' असं त्याला शिवी देऊनच सांगता. हे तुम्हाला दिसत नाही. तुमच्या बंद दारावर जेव्हा कुणीतरी काहीतरी लिहून जातं, तेव्हा तुम्हाला खूप राग येतो. नंतर तुम्ही काय करता, की तुमच्याच घराच्या दारावर मोठ्या अक्षरात लिहून ठेवता, 'येथे कोणी लिहू नये.' दुसऱ्यानं काही लिहू नये हे सांगण्यासाठीही आपण आपल्याच हातानं आपलं दार रंगवत असतो. म्हणजे दुसऱ्यानं केलेली चूक सुधारण्यासाठी आपणही पुन्हा तीच चूक करीत असतो, पण दुर्दैवानं हे आपल्या लक्षात येत नाही. दुःखाच्या बाबतीतही अशाच चुका आपण स्वतःहून करीत राहतो आणि दोष मात्र इतरांना देतो. आपल्या चुकीचं खापर इतरांवर फोडतो. यातून खरंतर विनाकारण दुःख ओढवून घेण्याचाच प्रकार आपल्या हातून घडत असतो. कारण आपण दुःखाला समजून घेत नाही.

आता तुम्ही इथे पुस्तक बंद करून थोड्या वेळासाठी मनन करा, की एखादा माणूस दहा वर्षांपूर्वी तुम्हाला थप्पड मारून गेला आहे आणि तुम्ही मात्र रोज ती गोष्ट आठवून आठवून जणू स्वतःलाच थप्पड मारत आहात, तर जास्त वाईट कोण? कोण जास्त क्रूर? कुणाची तक्रार केली पाहिजे? एफ.आय.आर. कुणाचा लिहायला पाहिजे? अशाप्रकारे जीवनाचा सखोलपणे शोध घ्या, की कुठं कुठं आणि कुणा-कुणाविषयी तुमची तक्रार आहे? आपल्या तक्रारीवर पुनर्विचार करून, शोध घेऊन सत्य जाणायचं आहे.

दुःखाचा सखोलपणे शोध घेताच तुम्हाला समजेल, की 'जगात जे काही होत आहे, ते केवळ तुमच्यासाठीच होत आहे, तुमच्याबाबतीत नाही.' ही खूप मोठी शिफ्टिंग (रूपांतरण) आहे, पण वरील ओळींवर सखोल मनन करताच याचा

खरा अर्थ माहीत होईल. आजवर जुन्याच समजुती मनामध्ये घोळवत असल्यामुळे खरं काय आहे, हे तुम्ही समजू शकत नव्हता. पण आता योग्य दिशेनं शोध घेतल्यामुळे कोणत्याही घटनेमध्ये अडकून पडणार नाही किंवा त्याचं दुःख भोगणार नाही.

अशा रीतीनं दुःखाचा शोध घेतल्यामुळे दुःखद घटनांमध्येसुद्धा खुश राहून इतरांनाही खुशी वाटू शकता. चला तर मग दुःखमुक्तीचा मंत्र शिकून, लवकरात लवकर दुःखाचं निवारण करूया...

प्रत्येक दुःखद घटनेत किंवा समस्येमध्ये एक भेट असते.
दुःख आपल्याला ती भेट देण्यासाठी येतं.
ती भेट ओळखण्यासाठी पाहिजे फक्त समज आणि
दुःखाचं दर्शन करण्यासाठीचं साहस.

दिवस २६
सदैव खुश राहा
दुःखमुक्तीचा मंत्र

सतरावं निवारण

आपल्या जीवनात जर दुःख आहे, तर त्याचं कारण काय? शेजारी, पैसा, नक्षत्र, भाग्य, मागच्या जन्मीचं कर्म, नातेवाईक की स्वतः तुम्ही? दुःखाचं खरं कारण सापडल्यावर आनंद अशा पद्धतीने तुमच्याजवळ राहील, जसं तुमचं नाव नेहमी तुमच्यासोबत असतं. त्यासाठी खाली दिलेल्या परिकल्पनेवर चिंतन करा.

तुम्ही शाळेत पाचव्या इयत्तेत शिकत आहात. तुमच्या वर्गात एक डांबीस, (खोडकर) मुलगाही शिकत आहे. तुम्ही अभ्यासात हुशार आहात आणि तो विद्यार्थी अभ्यासात कच्चा आहे. तो नेहमी तुम्हाला त्रास देतो, शिवाय मागं काही पुरावाही ठेवत नाही. त्यामुळे तुम्ही त्याची तक्रार करू शकत नाही. पण तोच विद्यार्थी त्रास देत आहे याची तुम्हाला पक्की खात्री आहे. तरीही तुम्ही शांत बसता. कारण पुढच्या वर्षी तो तुमच्या वर्गात असणार नाही, तो नापास होणार आहे, असं तुम्हाला वाटत असतं. पण तरीही पुढच्या वर्षी तो तुमच्यासोबत असतोच. हे कसं झालं? थोडक्यात सांगायचं झालं तर तुमची इच्छा असते, की दुःखानं नापास व्हावं. पण तरीही ते पास होतं. कसं?

आनंदाऐवजी दुःख पास कसं झालं? याचा शोध घेतल्यावर या रहस्याचा उलगडा होतो. परीक्षा चालू होती तेव्हा तो तुमच्याच मागं बसला होता. नकळत तुम्ही त्याला सर्व काही कॉपी करू दिलं, नव्हे तुमचा पूर्ण पेपर दाखवला. पण आनंद, जो तुमच्याजवळ बसलेला होता, त्याच्यापासून मात्र पेपर लपवला. मग काय होणार? परिणामी, आनंद नापास झाला आणि दुःख पास झालं. प्रत्येक परीक्षेत ही चूक होत गेली आणि दुःखाचं नेमकं कारण तुम्ही कधी शोधू शकला नाहीत. तेव्हा घोडागाडी जशी नेहमी घोड्याच्या मागं असते तसं दुःख नेहमी तुमच्या मागं राहतं.

या उदाहरणात खोडकर मुलगा हा दुःखाचं प्रतीक असून, नेहमी तो तुम्हाला त्रास देत असतो. प्रत्येक वर्गात तुमच्याबरोबर असतो. तुम्ही त्याच्यापासून मुक्त होण्याची प्रार्थना करता. परंतु अजाणतेपणानं अगदी उलटा व्यवहार करता. स्वतःच दुःखाला आमंत्रण देऊन सांगता, की त्यानं आपल्या आयुष्यात यावं.

त्यामुळे आजपासूनच बेहोशी तोडून टाका, सजगता आणा. तुमच्या मागे बसलेल्याला पेपर दाखवू नका. म्हणजेच दुःखापासून सावध राहा. तुमच्या परवानगीशिवाय, जोपर्यंत तुमची इच्छा नाही तोपर्यंत तुम्हाला कुणीही दुःखी करू शकत नाही. एखादी घटना घडणं तुम्ही थांबवू शकत नाही. पण त्या घटनेमध्ये तुम्ही काय अनुभव घ्यायचा, याची निवड मात्र नक्की करू शकता. ही निवड करण्यापासून तुम्हाला कुणीही रोखू शकत नाही. मंदिराबाहेर ठेवलेल्या तुमच्या चपलेची चोरी होणं हे जसं तुम्ही थांबवू शकत नाही, तसं चोरी झाल्यावर सकारात्मक विचार करण्यासाठी कोणताही चोर तुम्हाला रोखू शकणार नाही. म्हणून नेहमी खुश राहा, अगदी काहीही झालं तरी, Be Happy no matter what.

जीवनाच्या प्रत्येक घटनेत दुःखमुक्तीचा हा मंत्र पुनःपुन्हा उच्चारा. 'काहीही झालं तरी आनंद पास आहे, दुःख नापास आहे.'

Day 26 | निवारण

दुःख जेव्हा वरचढ होऊ लागतं तेव्हा स्वतःला सांगा, की दुःख पास होत आहे. परंतु, मी मात्र कोणत्याही परिस्थितीत त्याला माझ्यावर हावी होऊ देणार नाही. बघूच कसं पास होतं ते! आपण जेव्हा दुःखी होतो तेव्हा खरंतर उलटा मंत्र म्हणत असतो. त्यामुळे दुःख पास होतं आणि त्यानंतर ते कधी तुमची पाठ सोडतच नाही.

यासाठी मंत्रांचा योग्य उपयोग आवश्यक आहे. 'राम' ला उलटा केला, तर 'मरा' मंत्र बनतो. म्हणून प्रत्येक वेळी योग्य निवड करा, उच्चतम निवड करा. पुढच्या वेळी जेव्हा तणाव येईल, राग येईल, दुःख होईल तेव्हा पुनःपुन्हा आनंद पास होवो, दुःख नापास होवो, हा साधा मंत्र म्हणा. दुःख पास होऊ नये यासाठी संपूर्ण प्रयत्न करा. आपल्या भावना त्वरित बदला. 'ही घटना मी बदलू शकत नाही, परंतु या घटनेत मला जे अनुभवायचं आहे, ते मी निश्चितच निवडू शकतो,' याची स्वतःला आठवण करून द्या.

प्रत्येक दिवशी, प्रत्येक क्षणी तुमच्या चारही बाजूंना घटना घडत असतात. त्या घटनेमध्ये किंवा त्या घटनेनंतर तुम्हाला चांगला अनुभव येतो की वाईट? आनंद पास होतो की नापास? कारण नेहमी चांगल्याच भावनेचा अनुभव घेण्याची आपल्याला इच्छा असते. आता प्रश्न हा निर्माण होतो, की प्रत्येक दिवशी, प्रत्येक घटनेमध्ये आपल्याला चांगलं कसं वाटेल? चला तर मग यावर काही काम करूया आणि या गोष्टीवर थोडा प्रकाश टाकूया ज्यामुळे तुमचं जीवन सुंदर बनेल आणि दृष्टिकोनही बदलेल.

घटना घडल्यानंतर तुम्हाला जे चांगलं किंवा वाईट वाटतं ते नेमकं कुठं वाटतं? तुमच्या स्वतःच्या शरीरात, की शेजाऱ्याच्या शरीरात? असा प्रश्न स्वतःलाच विचारा, जर त्याचा अनुभव तुमच्या शेजाऱ्याच्या शरीरात असेल, तर तुम्ही काही करू शकत नाही. पण वाईट वाटण्याचा अनुभव तुमच्या मनात चालू असेल, तर

त्याला जबाबदार कोण? आणि जर ही भावना बदलायची असेल तर कोण बदलेल? भारताचे पंतप्रधान, की स्वतः तुम्ही?

वर दिलेले प्रश्न स्वतःला विचारताच खालील गोष्टींचं ज्ञान होईल.

* प्रत्येक भावना आपण आपल्या शरीराच्या आत अनुभवतो.
* त्या भावनेचा अनुभव घेणारे, हे जग किंवा आपले शेजारी नाहीत तर आपण स्वतः आहोत.
* वाईट अनुभव बदलायचे असतील, तर कोणी दुसरं येऊन ते बदलणार नाहीत. स्वतःलाच ते बदलावे लागतील.
* हे सगळं आपल्याला समजलं तर आपण चांगला अनुभव घेऊ शकतो.
* वाईट अनुभव येत असेल, तर स्वतःला बदलण्याची गरज आहे याची जाणीव होते.
* या जाणिवेतूनच आनंद पास होतो.

भावना बदलण्यासाठी वेळ लागत नाही. पण तुमची इच्छा असेल, तर वाईट अनुभव त्वरित बदलू शकता. त्यामुळे तुमच्या जीवनाचा ढंगच बदलून जाईल. जर तुमच्या दुःखद भावनेचं कारण कुणी दुसरंच आहे, असं समजून चाललात, तर विश्वास ठेवा, तुम्ही कधीही आनंदी होऊ शकत नाही.

आजपासून प्रत्येक वेळी, प्रत्येक घटनेमध्ये 'या वेळी मला काय जाणवत आहे? वाईट अनुभव येत असेल, तर याला जबाबदार कोण? कोण हे बदलेल आणि केव्हा? असे प्रश्न स्वतःलाच विचारा. क्षणार्धात तुम्हाला आनंदाचा अनुभव येत आहे, असे दिसेल. या सर्व गोष्टींना जबाबदार इतर कुणी नसून तुम्ही स्वतःच आहात हे जाणवेल. एक प्रश्न, एक मंत्र तुम्हाला दुःखापासून सदैव दूर व नेहमी खुश ठेवू शकतो, 'अगदी काहीही झालं तरी...'

• • •

खंड ३

समज, समता व संतुष्टी

आनंद ही नैसर्गिक बाब आहे.
संगीतदेखील नैसर्गिक आहे.
निसर्गात प्रत्येक गोष्ट तालबद्ध चालू असते.
परंतु माणूस जेव्हा बेताल बनतो,
तेव्हा त्याला शारीरिक व मानसिक व्याधी जखडून टाकतात.

दिवस २७
दुःखरूपी नरकापासून मुक्ती कशी मिळवाल
आनंदात प्रवेश

एक स्त्री आजारी होती आणि आजारपणात तिनं स्वप्न पाहिलं. ती स्वर्गाच्या दाराजवळ उभी राहून 'मला आत येऊ द्या,' असं जोरजोरात ओरडत होती. आतून विचारलं, 'तुम्ही कोण आहात?' ती म्हणाली, 'मी मंत्र्याची पत्नी आहे.' तेव्हा स्वर्गातून आवाज आला, 'तुमच्या पतीविषयी नाही विचारलं. तुम्ही कोण आहात? हे सांगा.'

तिनं झटक्यात सांगितलं, 'मी चार मुलांची आई आहे.' तेव्हा पुन्हा आवाज आला. 'तुमच्या मुलांविषयी कोण विचारतंय, तुम्ही कोण आहात? तिनं म्हटलं, 'मी शिक्षिका आहे.' तेव्हा पुन्हा भारदस्त आवाज आला, 'तुम्ही काय करता हे विचारलेलं नाही. तुम्ही कोण आहात?' त्यावर ती म्हणाली, 'मी ख्रिश्चन आहे' तेव्हा स्वर्गीय आवाजानं टोकलं, 'तुमच्या संप्रदायाविषयी कोणी विचारत नसून, तुम्ही कोण आहात हे विचारलं जात आहे...'

शेवटपर्यंत ती स्त्री योग्य उत्तर देऊ शकली नाही. झोपेतून ती जागी झाली, मात्र डोळे उघडल्यानंतर तिचं अवघं जीवनच बदलून गेलं. आतापर्यंत आपल्याला वाटत होतं, की स्वर्गाच्या दारात चांगल्या कर्मांचा हिशेब विचारला जात असेल. तुम्ही हिंदू होता, की मुसलमान? श्रीमंत होता, की गरीब? प्रसिद्ध होता, की सामान्य? असं काही तरी विचारलं जात असावं. परंतु, स्वर्गाच्या प्रवेशद्वारावर

असं काहीही विचारलं जात नाही. तर 'मी कोण आहे? या प्रश्नाचं उत्तर ठाऊक असणाऱ्यालाच स्वर्गामध्ये प्रवेश मिळतो. कारण या प्रश्नाचं उत्तर जाणणारा, पृथ्वीवर राहूनही स्वर्गातच (आनंदात) रममाण असतो. सांगायचं तात्पर्य एवढंच, की खरा स्वर्ग कुठं बाहेर नाही तर तो आपल्याजवळच आहे. त्या स्वर्गात प्रवेश करणं म्हणजे आपली बेहोशी, मान्यता आणि अज्ञान संपण्याची अवस्था येणं होय.

एक मुसलमान फकीर होती-राबिया. एकदा ती एका हातात मशाल आणि दुसऱ्या हातात पाण्यानं भरलेला माठ घेऊन रस्त्यावरून पळत चालली होती. लोकांनी जेव्हा तिला विचारलं, 'राबिया, आज सकाळी सकाळी कुठं जात आहेस? आजपर्यंत तरी आम्ही तुला कधी अशा अवस्थेत पाहिलेलं नाही. इतक्या घाईत का आहेस? एका हातामध्ये मशाल घेतली आहेस व एका हातामध्ये पाण्याचा माठ! याचं कारण आम्हाला समजलं नाही?' तेव्हा राबियाने हीच वेळ योग्य आहे, हे जाणून लोकांना सजग केलं, 'मी या पाण्यानं तुमच्या नरकाची आग विझवायला आणि या मशालीनं तुमच्या स्वर्गाला आग लावायला चालले आहे. कारण या गैरसमजुतींनीच आपल्याला आजवर सत्यापासून वंचित ठेवलं, परमात्म्यापासून विभक्त केलं आहे. आपल्याला ईश्वराची काही खबर नाही, स्वतःची खरी ओळख नाही.'

राबियाच्या उत्तरावरून लक्षात घ्या, की स्वर्ग आणि नरकाची संकल्पना सांगणाऱ्या तथाकथित पंडित पुरोहितांनी, व्यवसायी वृत्तीमुळे आपल्याला गोंधळात टाकलं आहे. अमुक अमुक कर्मकांड केलं नाही, तर ईश्वर नाराज होईल... अमुक अमुक व्रत, उपवास केला नाही, तर परमात्मा खुश होणार नाही... अशाप्रकारे प्रसाद बनवला नाही, तर ईश्वराला राग येईल... तो आपल्याला यातना देईल... असं आजवर आपल्याला शिकवलं गेलं आहे.

अशा प्रकारच्या खोट्या कल्पनेमध्ये, खोट्या कर्मकांडांमध्येच आपलं जीवन

व्यतित होऊन जातं. सत्याची ओळख पटल्यानंतर मात्र आपण आपला वेळ कर्मकांडामध्ये व्यर्थ न घालवता, पूर्वग्रहापासून, गैरसमजुतींपासून सावध होऊन 'मी कोण आहे' हे स्वानुभवातून जाणून घेतो.

मृत्यूनंतर न स्वर्ग आहे, न नरक. स्वर्ग-नरकाचा काहीही भूगोल नाही. ज्यांनी ही संकल्पना सांगितली, त्यामागे नैतिकता हे मुख्य कारण होतं. कोणत्याही प्रकारे माणसानं खोटेपणा, चोरी, हत्या करू नये. नरकाची भीती व स्वर्गाचा लोभ दाखवून त्याला चांगला माणूस बनवलं जावं. पण सत्य जाणून घेण्यासाठी आपल्याला नरकाची आग विझवली पाहिजे, तसंच स्वर्गालाही जाळलं पाहिजे. तेव्हाच स्वर्ग आणि नरक यांपासून मुक्त होता येईल. कारण आपणच स्वर्ग आणि नरक आपल्या सोबत घेऊन फिरतो. आपले विचार, आपली समज एक तर स्वर्ग तरी निर्माण करतो किंवा नरकाची आग पेटवतो.

वास्तविक असली सत्याचा, स्वर्ग आणि नरक यांच्याशी काहीही संबंध नसतो. परंतु परमात्मा म्हणजे एक महान व्यक्ती आकाशात बसलेली आहे आणि ती सगळ्यांच्या पाप-पुण्याचा हिशेब लिहीत असते, असंच सगळ्या कथा, शास्त्र, तथाकथित सत्संग दर्शवत असतात.

काही लोकांनी तर आपल्या कल्पनेतून नरकाची व स्वर्गाची चित्रंही बनवलीत. घाबरलेले लोक मंदिरात जाऊन क्रोध करायचा नाही, हिंसा करायची नाही, खोटं बोलायचं नाही, पाप करायचं नाही, असा निश्चय करून स्वतःला सुधारण्याचा प्रयत्न करतात. ते राग न करण्याचा संकल्प तर करतात. परंतु तरीही त्यांना राग येतो, नंतर पश्चात्ताप. त्यानंतर क्रोध न करण्याचा संकल्प! पण पुन्हा राग येतो आणि मग पुन्हा पश्चात्ताप! बस्स... याच पुनरावृत्तीमध्ये माणसाचं जीवन व्यतीत होतं. सत्याची ओळख होण्यापासून तो वंचित राहतो. पुढील प्रश्नांवर मनन, चिंतन केलं, तर सत्याचा उलगडा होऊ लागेल.

कोण राग करीत आहे? पश्चात्ताप कोण करीत आहे? संकल्प कोण करीत आहे? क्रोध आणि पश्चात्ताप करणारा एकच तर नाही? इच्छा करणारा आणि पश्चात्ताप करणारा एकच तर नाही? खोटं बोलणारा आणि सत्य बोलण्याचा संकल्प करणारा एकच तर नाही?

होय! तो एकच आहे! तेच आहे आपलं तुलना करणारं तुलनात्मक मन. या मनामुळेच तर आपण सत्यापासून दुरावतो. हेच मन पडदा आहे. सत्य आणि आपण यामधील बाधा हेच मन आहे. जोपर्यंत हे तुलना करणारं मन बाजूला होत नाही तोपर्यंत सत्य प्रकट होत नाही. हे मन न-मन होताच जे प्रकटतं ते सत्य, स्वसाक्षी, सत-चित-आनंद (सच्चिदानंद) मग त्याला काहीही नाव द्या. परमात्मा म्हणा, अल्लाह म्हणा, राम म्हणा, रहीम म्हणा, काही फरक पडत नाही. या परमबोधाची, परमसमजेची प्राप्ती होताच माणूस स्वर्ग-नरकापासून मुक्त होतो.

जोवर सत्याचं ज्ञान होत नाही, तोवर आपण नरकातच जगत असतो. त्यामुळेच माणसाच्या जीवनात इतकं दुःख आणि क्रोध भरलेलं असतं. सुखाची इच्छा असते, पण शेवटी दुःखच पदरी पडतं. ज्या वेळी सत्याचं आकलन होतं, त्या वेळी आपण आंतरिक स्वर्गामध्ये प्रवेश मिळवतो. स्वर्ग म्हणजे सत्याची सावली, जी नेहमी सत्याबरोबरच चालते. आनंदाचं दुसरं नाव स्वर्ग. स्वर्ग म्हणजे 'स्व'चा अर्क, स्वतःच्या असण्याचा आनंद!

वास्तविक पाहता स्वर्ग आणि नरक आपण सोबत घेऊनच जगत आहोत. आपण दुःखी असतो, त्रस्त असतो तेव्हा समजायचं, की आपण नरकात आहोत आणि जेव्हा आनंदात असतो, जगण्यावर प्रेम करीत असतो तेव्हा हमखास स्वर्गातच असतो. नरक आणि स्वर्ग काही दूर नाहीत. नकारात्मक विचार करणारे, नरक आपल्याबरोबर घेऊन फिरतात. अशा लोकांना भेटताच नरक कसा असतो, हे तुम्हाला प्रकर्षानं जाणवेल. अशा व्यक्तींशी काहीही बोललात, तरी ते त्यातील

नकारात्मक बाजूच दाखवतील. त्यामुळे अशा व्यक्तींशी भेट झालीच तरी वाटतं, केव्हा एकदा हे जातील! अशा व्यक्तींना म्हणतात निराशावादी विशेषज्ञ.

अशाप्रकारे सकारात्मक विचार करणारे, आपल्याबरोबर सदैव स्वर्ग घेऊन वावरत असतात. अशा लोकांच्या संगतीत दुःखाला आनंदात परिवर्तित करण्याची कला आपण शिकतो.

दुःखापासून मुक्त होण्यासाठी ज्यांनी स्वतःला जाणलं आहे अशा लोकांच्या सान्निध्यात जास्तीत जास्त राहा, त्यामुळे एक ना एक दिवस 'आपण कोण आहोत' हे समजेल व आपण दुःखमुक्त व्हाल.

नरकापासून मुक्ती म्हणजे भीतीपासून मुक्ती,
स्वर्गापासून मुक्ती म्हणजे लोभापासून मुक्ती.

दिवस २८
दुःखमुक्तीचा सहज मार्ग
मनसोक्त आनंद लुटणाऱ्यांना शरण जा

एखाद्या माणसाला जर कान टोचून घ्यायचे असतील, तर त्याला सोनाराकडे जावं लागतं. त्याचप्रमाणे शारीरिक व्याधी, वेदना, पीडा असतील, तर त्यासाठी डॉक्टरांकडेच जावं लागतं. कोणताही वकील डॉक्टरांची भूमिका बजावू शकत नाही, हे सर्व जण जाणतात. अशा प्रकारे माणसाला जर दुःखमुक्त व्हायचं असेल, तर त्याला गुरूकडे जावं लागेल. कारण ते सर्व दुःखांपासून मुक्त आहेत. गुरू कोणत्या दुःखावरचं औषध आहे? गुरू कोणत्या स्वास्थ्याचं प्रतीक आहे? हे आता आपण समजून घेऊया.

दुःख आणि आनंदाच्या मार्गात गुरू मध्यभागी उभे असतात. जेव्हा काही लोक दुःखमुक्तीच्या मार्गदर्शनासाठी त्यांच्याकडे जातात, तेव्हा गुरू इशाऱ्याने त्यांना तेजानंदाचा मार्ग दाखवतात. दुःखाच्या रस्त्यावर माणूस ठोकर खात असतो शिवाय आनंदाचा रस्ता दुःखाश्रूंमुळे धूसर दिसतो. म्हणून गुरू जेव्हा आनंदाच्या मार्गाकडे निर्देश करतात, तेव्हा त्यावर चालण्यासाठी माणूस कुचराई करतो. परंतु गुरूंवरच्या दृढ विश्वासामुळे तो त्या आनंदमार्गावरून वाटचाल करू लागतो. या मार्गावर चालता चालता त्याचा आनंद वृद्धिंगत होतो. दुःखाचे अश्रू कमी होऊ लागतात. साहजिकच अश्रू कमी झाल्यावर धूसरपणाही कमी होऊ लागतो, आनंदमार्ग स्पष्ट दिसू लागल्यामुळे गुरुकृपेने माणूस दुःखाच्या दुष्ट चक्रातून बाहेर पडून आपला

कूल-मूल-उद्देश (पृथ्वीलक्ष्य) प्राप्त करतो.

वर दिलेल्या उदाहरणावरून गुरूंना शरण जाण्याचं महत्त्व आणि पूर्ण विश्वास याचा अर्थ आपल्याला समजला असेल. म्हणून सांगितलं जातं, की जीवनात महान बनायचं असेल, तर एखाद्या महान व्यक्तीला समर्पित होऊन तर पाहा! मूर्खांच्या संगतीमध्ये तुम्ही किती दिवस शहाणे राहू शकता? संगचा रंग लागतोच. तुम्हाला कोणत्या रंगात रंगायचं आहे, त्या रंगात रंगलेल्या माणसाच्या सान्निध्यात जा. दुःखापासून मुक्त व्हायचं असेल, तर दुःखमुक्त असलेल्यांना शरण जा. हाच दुःखमुक्तीचा सर्वांत सोपा मार्ग आहे.

गुरू हे एक प्रवेशद्वार असून, त्याद्वारे तुम्ही परम आनंदापर्यंत पोहोचू शकता. म्हणून शब्द बनला 'गुरुद्वारा.' गुरुद्वारा म्हणजे असं परमोच्च ज्ञान जे गुरूंद्वारेच मिळतं. गुरू, ईश्वर आणि माणूस यांच्यामध्ये तसेच अंतर्जग व बाह्यजगामध्ये पुलाचं काम करतात. बाहेरच्या जगातसुद्धा सुख-शांतीने राहण्यासाठी एक चांगलं सरकार पाहिजे असतं. जेणेकरून आपल्याला निश्चिंतपणे राहता यावं. बाहेरच्या जगात रस्त्यांची दुरुस्ती कशी करावी? शाळा, बागबगिचे कसे तयार करावे? याचा विचार आपल्याला करावा लागत नाही, त्याचप्रमाणे आतल्या दुनियेत शांतीनं जगण्यासाठी एक मजबूत सरकार स्थापन करण्याची आवश्यकता असते. जर योग्य राजा असेल, तर प्रजाही आनंदी असते, सर्वत्र खुशाली नांदते म्हणून जीवनात योग्य गुरू असणं आवश्यक आहे. 'यथा राजा तथा प्रजा.'

प्रत्येक मूल शाळा आणि कॉलेजमध्ये का जातं? वास्तविक तिथं शिकवला जाणारा अभ्यासक्रम पुस्तकामध्ये उपलब्ध असतोच की! त्याचप्रमाणे ज्ञान प्राप्त करण्यासाठी गुरूंकडं जाणं लाभदायक ठरतं. गुरू आपल्या प्रत्येक नात्यांमध्ये असलेल्या मोहाला कृपेच्या तलवारीनं छाटून टाकतात. म्हणून गुरूंचा उपदेश नेहमी आकाशवाणी समजून अमलात आणा. मनामध्ये जर शंका, संशय भरलेला

असेल, तर गुरू आपल्याला सर्वोच्च गोष्टी, परमसत्य सांगणार नाहीत. गुरू तुलनात्मक मन मागून, तुमचं दुःख आणि अज्ञान दूर करतात. अशा प्रकारे गैरसमजुतींचे अज्ञान संपल्यावर दुःखमुक्तीचा मार्ग सहज, सरळ होतो. माणूस पूर्णपणे मान्यतांमधून मुक्त होऊन आनंदात जगू लागतो.

तमोगुणींसाठी गुरू चाबूक आहेत,
ज्यामुळे आळस दूर होईल.
रजोगुणींसाठी गुरू अल्पविराम आहेत,
ज्यामुळे आंधळेपणानं धावणं थांबेल.
सत्वगुणींसाठी गुरू आरसा आहेत,
ज्यामुळे 'स्व'चा साक्षात्कार होईल.

दिवस २९
दुःख आहे म्हणजे मान्यता आहे
दुःख मान्यतांचा खेळ आहे

मान्यता म्हणजे काही चुकीच्या समजुती, पूर्वग्रह आणि तर्क. ज्यावर मनाचा चटकन विश्वास बसतो. पण वास्तवात त्या खऱ्या नसतात. आजूबाजूच्या लोकांचा त्या गोष्टींवरचा विश्वास पाहून आपल्यालाही त्या खऱ्या वाटायला लागतात. पण ज्ञानाच्या प्रकाशात मान्यता येताच लगेच नाहीशा होतात. कारण मान्यता म्हणजे ज्या गोष्टी मुळातच नाहीत. मान्यता अंधारात लपून बसलेल्या चोरासारखी असते. चोर जसा चोरी करण्यासाठी लोक झोपण्याची वाट पाहतो. पण एखाद्या जागरूक माणसाने त्याच्यावर टॉर्चचा प्रकाश टाकताच तो पळून जातो. त्याचप्रमाणे मान्यतादेखील सत्याच्या प्रकाशात येताच पळून जातात, नष्ट होतात. या चुकीच्या धारणा नाहीशा करण्यासाठी ना लढण्याची आवश्यकता असते ना तंत्रमंत्राची. त्यासाठी फक्त सत्य जाणून घेणं पुरेसं असतं. त्यामुळे तुम्हाला थोडं जरी दुःख असेल, तर स्वतःला विचारा, कोणत्या मान्यता तुमच्या मनात ठाण मांडून बसल्या आहेत?

मान्यता म्हणजे निव्वळ धोका. अगदी हरिणाला वाळवंटात दिसणाऱ्या मृगजळासारख्याच! पाणी नसतानादेखील पाण्याचा आभास होणं म्हणजे मृगजळ. तद्वत आपणही काही धारणा बनवतो ज्या आपल्याला चित्रपटांमुळे, पंडित-पुरोहितांमुळे, शेजाऱ्यांमुळे समजतात. आपण दुःख, अपमान, अपयश, प्रसिद्धी,

सन्मान इत्यादी सर्व गोष्टींकडे आपल्या पूर्वग्रहांनुसार बघतो. यश-अपयश ही संकल्पनाही अशाच मान्यतेतून आलेली आहे. परीक्षेत नापास होणं म्हणजे जीवनात अपयशी होणं, अशी धारणा याच कल्पनेतून आलेली आहे. त्यातूनच मुलं आत्महत्या करतात. अमुक अमुक गोष्ट झाली म्हणजे तुम्ही अयशस्वी झाला, असं कुणीतरी सांगतं. मग आपणही त्यावर विश्वास ठेवतो आणि मनाचं संतुलन बिघडवून घेतो. त्यातूनच माणूस किंवा विद्यार्थी आपल्या शरीराची हत्या करतो. जर कुणी त्याला वेळेवर योग्य मार्गदर्शन केलं असतं, तर अशी चूक त्यानं कदापिही केली नसती.

चुकीच्या धारणांमुळे अनेक चुका आपण करीत आलो आहोत. पण आता वेळ आलीय या साऱ्या समजुतींना सत्याच्या प्रकाशात आणण्याची! जसं, जीवन-मृत्यूविषयीची मान्यता... सुख-दुःखाची मान्यता... जगावं कसं, कपडे कसे असावेत... चांगल्या-वाईटाचे मापदंड... व्रत, उपवास, धर्म, यांच्या संकल्पना... कर्मकांडाच्या समजुती... झाडू उलटा ठेवू नये... काळे कपडे घालणं अशुभ... आरसा फुटणं वाईट... हात खाजायला लागले की पैसे मिळणार... मांजर आडवं जाणं... मीठ हातात घेतलं तर भांडण होईल... जास्त हसलो तर रडावं लागेल... ईश्वराच्या आकाराबाबतच्या समजुती... या सगळ्या वरवरच्या धारणा आहेत. देश, प्रांत, धर्म, भाषा, स्थान, तेथील लोकांच्या आवश्यकता आणि सुरक्षेच्या भावनेमुळे त्या त्या ठिकाणच्या मान्यता वेगवेगळ्या असू शकतात. अशा मान्यतांमुळे माणूस सुख किंवा दुःखाची अनुभूती करतो.

आणखी बऱ्याचशा दृढ समजुती आहेत. जसं स्वर्ग व नरक आकाशात आहेत... कर्माचं फळ या जन्मात नाही पुढच्या जन्मी मिळेल... ईश्वराचा कोप होतो... लोक वाईट असतात... पैसा, वेळ कमी असतो... श्रीमंत आणि स्वास्थ्यपूर्ण लोकच खुश राहू शकतात... मी हिंदू, मी मुसलमान, मी शीख, मी ख्रिश्चन, मी काळा, मी गोरा... वगैरे वगैरे.

'मी शरीर आहे,' 'मी मन आहे', 'मी बुद्धी आहे.' अशी मूळ मान्यता स्वतःबद्दलची आहे. प्रत्येक जण स्वतःला शरीर मानतो आणि म्हणतो, हे माझं शरीर आहे. माझं शरीर म्हणजे मी याच्यापासून वेगळा आहे. माझे कपडे निश्चितच 'मी' असू शकत नाही. माझे कपडे फाटले म्हणजे 'मी' फाटत नाही. पण शरीराला पीडा झाली, की आपण म्हणतो 'मला' वेदना होत आहे. ही आहे मूळ मान्यता. कारण तुम्ही वस्त्र नसून त्याचा उपयोग करणारे आहात. तुम्ही शरीर नसून शरीराला चालवणारे चालक आहात.

ही मूळ समजूतच मान्यतारूपी पिंजरा आहे. तो तोडणं, पिंजऱ्यातून मुक्त होणं आवश्यक आहे. तेव्हाच आपल्याला खरं सुख प्राप्त होऊन दुःखापासून मुक्त होता येईल. एखाद्या बाबीचं आकलन हीच या पिंजऱ्याची चावी आहे. चुकीच्या समजुतींची पाळंमुळं कापल्याबरोबर मान्यतांचा वृक्ष उन्मळून पडतो. त्यानंतर होतो 'आत्मसाक्षात्कार' आणि त्यातूनच प्राप्त होते दुःखमुक्तीची अवस्था!

दुःख म्हणजे धोका असून, तेजआनंद सत्य आहे;
त्यामुळे आनंदावर नव्हे, तर दुःखाबद्दल शंका घ्या.
दुःख मान्यता आहे, तेजआनंद स्वभाव आहे.

दिवस ३०
दुःख म्हणजे फसवणूक, धोका
तेजआनंद सत्य आहे

सुख-दुःखाची सत्यता समजून घेण्यासाठी दुःखाबाबत विचारलेल्या तीन प्रश्नांची उत्तरं खाली दिली आहेत. ती वाचून त्यावर मनन करा.

आयुष्यात कायम सुख का येत नाही? दुःखच दुःख का दिसतं?

माणसाला थोडं जरी दुःख अनुभवावं लागलं की विचार येतात, सुख कायम का नाही? दुःखच का? पण दुःख ही निव्वळ फसवणूक आहे, समजूत आहे. भ्रम आहे. मुळात ना सुख आहे ना दुःख! पण त्याचा अभिनय मात्र केला जाऊ शकतो. तुम्ही दुःखाचा अभिनय केलात, तरी तुम्हाला आनंद होईल. पण जोपर्यंत हा अभिनय आहे, हे कळत नाही तोपर्यंत दुःख आहे.

स्टेजवर अभिनय करताना जसं अभिनेत्याला सांगण्यात येतं, असा अभिनय कर, की सगळ्यांना ते पात्र जिवंत वाटलं पाहिजे. तसेच येथे पण आपल्याला असंच सांगितलं जात आहे, असं जगा, की जीवनच अभिनय वाटावा. प्रत्यक्षात तुम्ही जगाच्या रंगमंचावर अभिनयच करीत आहात आणि तुम्ही जे नाहीत त्याचा अभिनय करीत आहात. ही बाब समजून स्वतःमधील विश्वास वाढू द्या.

माणसाला दुःख दिसतं, जाणवतं, त्याचं कारण म्हणजे त्याच्या चुकीच्या समजुती, अज्ञान आणि बेहोशी! दोरी जर साप वाटली, तर भीतीमुळे काठीची

आवश्यकता भासते. खरंतर माणसाला काठीऐवजी टॉर्चची गरज वाटली पाहिजे. परंतु काठी मिळाली नाही, तर त्याला दुःख होतं. मात्र, सत्याचं आकलन होताच त्याचं दुःख पूर्णपणे नाहीसं होतं. याचाच अर्थ दुःख म्हणजे निव्वळ फसवणूकच होती, हे समजतं.

माणसाला सुख हवं असेल, तर त्याला सुख-दुःखा पलीकडे जाण्यास का सांगितलं जातं?

माणसाला सुख पाहिजे असतं. पण सुख मिळताच त्याला सुखाबद्दल आसक्ती निर्माण होते. या आसक्तीमुळे सुख-दुःखाचं चक्र जीवनात सुरू होतं. परिणामी, त्यांचं सुख, दुःखात बदलतं. म्हणून जिथं आसक्ती नसेल अशा जागी आपल्याला जायचं आहे. सुख-दुःखाबद्दलची आसक्ती नाहीशी होताच आपल्या जीवनात तेजानंदाचा प्रारंभ होतो. दोहोंपलीकडच्या तिसऱ्या अवस्थेला सुरुवात होते आणि त्या अवस्थेत सुख तर मिळणारच असतं. कदाचित याचा अर्थ कुणी असाही घेऊ शकतो, की सुख-दुःखा पलीकडे गेलो म्हणजे सुख मिळणार नाही. पण वास्तव असं नाही. तिथं केवळ सुखच नाही तर परमसुख असतं, आसक्तीरहित सुख असतं, ज्याला तेजआनंद म्हणतात.

ज्यात सदैव संकटं असतील अशा सुखाची अपेक्षा समजूतदार व्यक्ती कधीही करणार नाहीत. आपण अळ्या, किडे असलेलं अन्न खाऊ का? नाही, आपल्याला सुग्रास, सात्विकच अन्न पाहिजे असतं. यासाठीच आपल्याला सुख-दुःखा पलीकडे जायचं आहे, तेजआनंदात स्थापित व्हायचं आहे.

तेजआनंदामध्ये सुख आहे, पण आसक्ती नाही. कारण तिथं असते 'समज.' त्या ठिकाणी सुख जाताना दिसत असलं, तरी त्याला धरून ठेवायचा प्रयत्न कुणी करीत नाही. तिथं त्रास असला, तरी त्या त्रासाचं दुःख नाही. सुख आहे, पण सुख

निसटण्याचं दुःख नाही. कारण माणसाला आता खऱ्या दुःखाची ओळख झाली आहे. आपल्याला सुख-दुःखापलीकडे म्हणजेच आसक्ती आणि गैरसमजुतींच्या पलीकडे जायचं आहे. त्या वेळी जर आपण कल्पना केली, की तुम्ही शांत बसला आहात, म्हणजे कंटाळलेले आहात; तर हा विचार मनातून तत्क्षणी काढून टाका. खरंतर त्या वेळी तुम्ही परमानंदात असता.

सुरुवातीला अशा प्रकारचे प्रश्न पडतात. कारण मनुष्य विचार करतो, परमअवस्थेत सुख नसेल आणि आम्हाला तर सुखाची इतकी सवय झाली आहे, की आता आम्ही त्याशिवाय राहूच शकत नाही. प्रत्येक माणसाला आनंद मिळावा, असं वाटत असतं. आनंद मिळवणं ही चांगली गोष्ट आहे, पण तो अस्थायी; तात्पुरता नको. सुख-दुःख तर तात्पुरतं, क्षणिक असतं. ते कधी बदलतं हे कळतही नाही. क्षणापूर्वी एखाद्या गोष्टीमुळे सुख मिळत असतं, तर दुसऱ्या क्षणी त्याच गोष्टीमुळे दुःख वाट्याला येतं. जी व्यक्ती आधी इतकं सुख देत होती; मतभेद झाल्यानंतर तीच तुमच्या विरुद्ध उभी राहते. कारण सुख-दुःखाची ही नाती क्षणभंगुर असतात. आपल्याला याच्याही पलीकडे जायचंय. तिथवर पोहोचण्यासाठी आसक्तीरहित आनंद प्राप्त करण्याची कला तुम्हाला शिकवली जात आहे. तिथं केवळ तेजप्रेम असतं.

परंतु दोन्हीत मोठं अंतर आहे. एक आहे मोह आणि एक तेजप्रेम. मोह म्हणजे आसक्ती; आकर्षण, वरवर पाहता मोह आणि तेजप्रेम दोन्ही सारखेच दिसतात. पण दोन्हींत फार फरक आहे. हा फरक ओळखायला शिकायचं आहे. विवेकाच्या तलवारीचा उत्तम वापर करून विवेक जागवायचा आहे. सुख-दुःखापलीकडे असलेला तेजानंद अनुभवायचा आहे. मोहापासून मुक्ती म्हणजे दुःखापासून मुक्ती, आनंदाशी युती.

मी कुणालाही दुःखात, संकटात पाहू शकत नाही. कुणालाही नाही म्हणू

शकत नाही! माझ्याकडे जर महत्त्वाची कामं असतील, तर ती सोडून मी त्यांना मदत करावी का?

एखाद्याला वेळ देणं ही चांगली गोष्ट आहे. पण ती तुमची अभिव्यक्ती असायला हवी. जर ते कार्य बेहोशीत होत असेल व त्यातच तुम्ही अडकत असाल, तर ती खरी मदत नाही. ती तुम्ही समजून उमजून केली पाहिजे. दुःखी लोकांना मदत करावी की नाही, हे त्या-त्या वेळी तुमच्यात असलेल्या चैतन्याचा स्तर कसा आहे, यावर अवलंबून असतं. त्यानुसार योग्य तो निर्णय घ्या. कधी कुणाला वेळ देऊ शकता, मदत करू शकता तर कधी नाही. पण त्या वेळी अगोदर स्वतःला विचारा, की या वेळी माझ्या चेतनेचा स्तर कसा आहे? इतरांना मदत करणं वाईट गोष्ट नाही; त्यांना मदत अवश्य केली पाहिजे, पण त्यात सामान्य बुद्धीचा वापर झाला पाहिजे. नाहीतर इतरांच्या दुःखामुळे तुम्ही स्वतःच दुःखी होत राहाल आणि अशा अवस्थेत तुम्ही त्यांना योग्य मदतही करू शकणार नाही. अशा वेळी हे सांगितलं जातं, की प्रथम तुम्ही त्यातून बाहेर या. तुमच्या जाणिवेचा स्तर वाढवा. तेव्हाच खरी मदत करू शकाल.

जितका तुमचा जाणिवेचा स्तर उंचावलेला असेल तेवढ्या जास्त प्रमाणात तुम्ही दुसऱ्यांची मदत करू शकाल. जर तुम्हाला खरंच इतरांना मदत करायची असेल, तर तुमच्या जाणिवेचा स्तर उंचावलेलाच हवा. एखाद्याचं दुःख पाहून तुम्ही दुःखी होत असाल तर ती तुमची समस्या आहे. यावर विचार करा. त्याचबरोबर हेही जाणून घ्या, की तुम्हाला त्याचा त्रास होतो म्हणून तुम्ही इतरांना मदत करीत आहात का? जर त्रास झाला नसता तर तुम्ही मदत केली असती का? अशी मदत काही उपयोगाची नाही. कारण यात तुमची अभिव्यक्ती नाही. एखाद्याच्या दुःखामुळे त्याला मदत करणं तुमची अभिव्यक्ती व्हावी. तरच ती खरी मदत ठरेल. प्रत्येक मदत अभिव्यक्ती ठरावी. कारण प्रेम करणं तुमचा स्वभाव असल्यामुळे तुम्ही

इतरांना मदत करता. यामुळे जाणीव जागृत होईल. अशी मदत आनंद देईल आणि तुम्हाला गुंतवणार नाही.

•••

तुम्ही जर दुःखी व्हायचं नाही असं ठरवलं,
तर तुम्हाला कोण दुःखी करू शकेल

खंड ४

परिशिष्ट

वेदना असावी, पण वेदनेचं दुःख नसावं,
सुख मिळावं, पण सुख जाण्याचं दुःख नसावं.

१
दुःखात खुश का आणि कसं राहावं

'अरे... माझ्या हाताला इतक्या वेदना का होताहेत? आणि इतकं रक्त...! अरे... अरे... मिस्टर द्रोणनाथन, आपण इतके निर्दयी कसे होऊ शकता? आपण माझा अंगठा का कापलात?'

वेदनेनं कळवळतच एकलव्य जागा झाला. त्यानं आपला उजवा हात चाचपडला आणि अंगठा सुरक्षित आहे, हे पाहून सुटकेचा निःश्वास सोडला. त्याच्या मनात आलं, 'आपल्याला पडलेलं हे भीतिदायक स्वप्न आपल्या जीवनातील दुःखवेदनेचा आरसा तर नसेल?' तो मनातल्या मनात म्हणाला, 'हे दुःख, या वेदना किती काळ माझ्याबरोबर राहणार आहेत कुणास ठाऊक?' तो उठून आपल्या खोलीला लागून असलेल्या बाल्कनीत गेला. बाहेरचं मोकळं आकाश पाहून त्याने आपले दोन्ही हात पसरले आणि करुणा भाकली. 'हे परमेश्वरा, तू माझी असहायता किती काळापर्यंत अशी नुसतीच बघत बसणार? नुसताच बघत राहशील, की कधी खालीही येशील?...''

एवढ्यात त्याने खिडकीतून खाली पाहिलं, तेव्हा त्याला दिसलं,

दुःखाची सवय खूप मेहनतीने लागते. वास्तविक आनंद आपला मूळ स्वभाव आहे. आनंद नेहमी तुमच्याजवळ राहावा, दुःख नेहमी तुमच्यापासून दूर राहावे.

परिशिष्ट

सोसायटीच्या पार्किंगमध्ये सामानानं भरलेला एक टेम्पो येऊन उभा राहिलाय. तो उत्सुकतेने खाली गेला. खाली येताच, टेम्पोच्या मागे एक रिक्षा उभी असलेली दिसली. रिक्षातून जवळ-जवळ सहा फूट उंचीचा, आकर्षक व्यक्तिमत्त्वाचा एक माणूस खाली उतरला. त्याने जीन्स आणि पांढऱ्या रंगाचा कुडता घातला होता. या साध्या वेशातही त्याचं व्यक्तिमत्त्व तेजस्वी आणि असामान्य प्रतीत होत होतं. एकलव्याला वाटलं, टीव्हीवरील महाभारत सिरियलमधून साक्षात कुणा दिव्य पुरुषाचं आगमन झालंय, कारण त्याच्या प्रसन्न मुद्रेवर दिव्यत्वाची आभा झळकत होती. त्या अपरिचित माणसाचं तेजस्वी रूप पाहून एकलव्याच्या मनात खुशीची लहर निर्माण झाली. एकलव्याला त्या वेळी माहीत नव्हतं, की ईश्वराने त्याच्या प्रार्थनेला किती तत्परतेनं प्रतिसाद दिला आहे. एकलव्याच्या मनात त्या नव्या माणसाची ओळख करून घेण्याची उत्सुकता निर्माण झाली. त्या माणसाजवळ जाऊन एकलव्याने विचारले, "आपल्याला यापूर्वी कधीच पाहिलं नव्हतं. आपण नव्याने या बिल्डिंगमध्ये राहण्यासाठी आला आहात का?"

आपल्या बिल्डिंगच्या वरच्या मजल्यावरचा एक फ्लॅट रिकामा आहे, हे एकलव्याला माहीत होते.

"होय आणि नाहीही!" तो अपरिचित माणूस गंभीरपणे म्हणाला.

त्या माणसाचं असं गोंधळात टाकणारं उत्तर ऐकून एकलव्य विचारात पडला. त्याला अशा उत्तराची अपेक्षा नव्हती. होय पण... आणि नाही पण... याचा अर्थ काय? काही वेळ गप्प बसून, काहीशा साशंकतेने तो त्या नव्या व्यक्तीला न्याहाळू लागला. आपल्या प्रश्नाचं खरं-खुरं उत्तर मिळवण्याच्या प्रयत्नात पुढे म्हणाला, "ते कसं काय?"

"हा फ्लॅट माझ्या मित्राचा आहे. फ्लॅटबाबत कोर्टात केस चालू आहे. कोर्टाचा निर्णय माझ्या मित्राच्या बाजूनं लागला, तर मी इथे राहीन... नाही तर मी इथून

दुसरीकडे कुठे तरी निघून जाईन !'' त्या माणसाने आपल्या पहिल्या उत्तराचं रहस्य उलगडलं.

एकलव्याने सगळं नीट समजल्यासारखी होकारार्थी मान हलवली. ''अच्छा... असं आहे तर... आपल्याकडे पुष्कळ सामान दिसतंय. आपलं सामान वर नेण्यासाठी मी आपल्याला काही मदत करू का?'' एकलव्याला माहीत नव्हतं, की त्याचं आणखी एक उत्तर त्याला पुन्हा कोड्यात टाकणार आहे.

''जरूर !'' त्या माणसाचं हे दुसरं उत्तर. पण तो एवढंच बोलून थांबला नाही. तो पुढे म्हणाला, ''तुम्ही मला मदत करू शकता, पण...''

''पण काय?''

''जर तुम्ही स्वतःला मदत करू शकत असाल तर...''

''म्हणजे? याचा अर्थ काय?'' एकलव्याने चमकून विचारले.

''स्वतःला मदत करणारा माणूसच खुश, आनंदी राहू शकतो आणि आनंदी, खुश असलेल्या लोकांनीच केलेली मदत मी स्वीकारतो...''

त्या अपरिचित माणसाची अट ऐकून एकलव्याला थोडी लाज वाटली. मिस्टर द्रोणनाथनचा चेहरा त्याच्यासमोर साकार झाला. द्रोणनाथन त्याच्या बॉसचं नाव. त्यांचे शब्द एकलव्याला आत्ताही ऐकू येत होते... ''आपलं ड्रॉइंग मला पसंत पडलंय. आपण कुशल आहात, पण आपल्या कौशल्याचा उपयोग आम्ही पुढच्या प्रोजेक्टमध्ये करून घेऊ. नाराज होण्याचं कारण नाही.''

ऑफिसमधील ही घटना आठवून एकलव्य काही काळ गप्प झाला. मग काहीशा खजील स्वरात म्हणाला, ''मी या वेळी दुःखी आहे, पण आपल्याला मदत करण्यात मला आनंदच वाटेल.''

"मग तर तू मला मदत करच ! पण त्यापूर्वी माझा एक छोटा विनोद ऐक.'' त्या नव्या माणसाने गंभीरपणे म्हटलं. आता एकलव्याला धीर आला. एकलव्याला त्याच्या बोलण्यातून असं मुळीच जाणवलं नाही, की तो थट्टा करतोय. तो विचार करू लागला, याचा चेहरा-मोहरा तेजस्वी आणि आनंदी दिसतोय, पण काही विचारलं तर विलक्षणच उत्तर देतोय. मग त्याला वाटलं, जिथं इतका वेळपर्यंत त्याचं विचित्र बोलणं सहन केलं, तिथं आणखी थोडा वेळ... असा विचार करून त्याने त्याचा विनोद ऐकण्याची तयारी दर्शवली.

"काय ऐकतोयस ना?'' त्या माणसाने आपलं हसू लपवत विचारलं.

"अं... हो !''

दोन मित्र आपापसांत गप्पा मारत आपल्याच नादात रस्त्यातून चालले होते. पहिल्या मित्राने तक्रार करीत दुसऱ्या मित्राला म्हटलं, 'तू हा चष्मा का वापरतोस? तू हा चष्मा लावतोस, तेव्हा मला अगदी घुबडासारखा दिसतोस.'

पहिल्या मित्राच्या प्रश्नाचं शांतपणे उत्तर देत दुसरा मित्र म्हणाला, "जेव्हा मी चष्मा वापरत नाही, तेव्हा तू मला घुबडासारखा दिसतोस.''

तो विनोद ऐकून विशेषतः विनोद सांगण्याच्या त्याच्या शैलीने, एकलव्य खो खो हसू लागला. एकलव्याला मनमोकळं हसताना बघून त्या नव्या माणसाने खोडकरपणे म्हटलं, "आता तू काहीसा मला मदत करण्याच्या लायकीचा झाला आहेस.''

"याचा अर्थ काय?'' एकलव्यानं कुतूहलानं विचारलं.

नव्या माणसाने एकलव्याच्या प्रश्नाचं उत्तर न देता दुसरा विनोद सांगायला सुरुवात केली. एका मित्राने आपल्या दुसऱ्या खेडवळ मित्राला विचारलं, 'गांधीजयंतीबद्दल तुला काय माहिती आहे?' तेव्हा तो खेडवळ मित्र म्हणाला,

परिशिष्ट

"गांधीजी एक महान पुरुष होते, पण जयंती कोण होती, हे नाही माहीत मला!"

एकलव्य कोड्यात पडल्यासारखा हसू लागला. त्याला कळेना, त्याने हसतच तिथे उभे राहावं, की तिथून निघून जावं? तेवढ्यात त्याला त्या माणसाचे शब्द ऐकू आले, "उभा का राहिलाहेस? चल मला मदत कर!"

एकलव्याने त्या माणसाचं सामान उचललं आणि बिल्डिंगकडे निघाला.

"आता तू मला मदत करू शकतोस, कारण तू खुश आहेस."

"आपण नेहमी असंच करता?" एकलव्याने सामान्य स्थितीत येत विचारले.

"हो! मी नेहमी खुश असणाऱ्या लोकांकडूनच मदत घेतो. जर ते खुश नसतील, तर प्रथम त्यांना खुश करतो. कारण खुश, आनंदी असणारा माणूसच कुणालाही योग्य तऱ्हेने मदत करू शकतो. आपल्या दुःखात चूर असणाऱ्या माणसात इतरांना योग्य तऱ्हेने मदत करण्याची कुवत नसते."

नव्या माणसाचं हे बोलणं एकलव्याच्या बुद्धीपेक्षा त्याच्या हृदयाला स्पर्श करून गेलं. त्याने त्या अपरिचिताला लिफ्टद्वारे वरच्या फ्लॅटपर्यंत पोचवलं.

सामान घेऊन जाताना लिफ्टमध्येही दोघांचं बोलणं सुरूच होतं.

"माझं नाव एकलव्य. आपलं?"

"माफ करा! मी माझं नाव आणि काम दुसऱ्याला सांगायला थोडा वेळ लावतो."

"काही हरकत नाही. मी आपलं सहजच विचारलं, आपल्याला समजून घेण्यासाठी."

"माझं सोड; पण मला एक सांग; तू 'एकलव्याला' तरी जाणून घेण्याचा प्रयत्न करतोस का कधी?"

"अं... मला कळलं नाही." एकलव्य गडबडला. असा विलक्षण प्रश्न त्याला मुळीच अपेक्षित नव्हता.

"काही नाही... मी अशीच गंमत केली... चल माझ्या मित्राचा फ्लॅट आला." लिफ्टमधून बाहेर पडत तो म्हणाला. त्याने एकलव्याच्या मदतीनं आपलं सामान फ्लॅटच्या दरवाजाजवळ ठेवलं आणि कुलूप काढलं. एकलव्याला वाटलं, तो माणूस त्याला आत येण्याचं निमंत्रण देईल. पण त्या अनोळखी माणसानं तसं काहीच केलं नाही.

"एकलव्य, तुला भेटून आनंद झाला!" एकलव्याला आत न बोलावताच त्याच्याशी हस्तांदोलन करून तो अनोळखी माणूस म्हणाला आणि त्याला जाण्याचा हलकासा इशारा केला.

"आपल्याला भेटून मलाही अतिशय आनंद झाला." एकलव्यानेही हात उंचावून त्याचा निरोप घेतला. या अनोळखी माणसाच्या अनपेक्षित व्यवहाराने एकलव्य अचंबित झाला होता. 'याने तर मला चक्क हाकलूनच दिलं की!' एकलव्य मनातल्या मनात म्हणाला.

एकलव्याचा फ्लॅट या अनोळखी माणसाच्या फ्लॅटच्या बरोबर खाली होता. आपल्या फ्लॅटकडे परतताना त्याच्या मनात विचार आला, या माणसाला अशा कोणत्या गोष्टी माहीत आहेत, ज्यामुळे तो इतका आनंदी आणि तेजस्वी दिसतोय? आणि त्याने आपलं नाव का नाही सांगितलं? दुसऱ्याला मदत करणं, एकलव्याच्या स्वभावातच होतं. पण त्या अपरिचित माणसाला मदत करून त्याला जो आनंद होत होता, असा आनंद यापूर्वी त्याला कधीच झाला नव्हता. आनंद आणि आश्चर्य यांच्या संमिश्र भावनेनं भारावून तो घरी परतला.

दुसऱ्या दिवशी सकाळी नेहमीप्रमाणे एकलव्य मॉर्निंग वॉक घेऊन परतत

होता. त्याच्या मनात मात्र ऑफिसमध्ये त्याच्यावर झालेल्या अन्यायासंबंधीचे विचारच घोळत होते. तो विचार करीत होता, 'ही समस्या कशी सोडवता येईल?' एवढ्यात त्याला आपल्या बिल्डिंगमध्ये राहायला आलेला नवा माणूस दिसला. तोही मॉर्निंग वॉक घेऊन परतत होता. एकमेकांना 'गुड मॉर्निंग' करून दोघंही बरोबरच चालू लागले.

"काय झालंय?" त्या माणसाने बोलण्यास सुरुवात करीत म्हटलं. "सकाळी लोक ताज्या हवेत फिरून उत्साही दिसतात. तुझा चेहरा मात्र निस्तेज दिसतोय."

"होय!" मंद हसत एकलव्याने त्याच्या बोलण्याला संमती दर्शवली. "काही त्रासदायक विचार मनात रेंगाळताहेत. त्यामुळं मी वैतागलोय."

त्या माणसाने सहानुभूती दर्शवत एकलव्याच्या खांद्यावर हात ठेवला आणि गंभीर स्वरात म्हटलं, "जर तुझी काही हरकत नसेल, तर तू तुझी समस्या मला सांगू शकतोस."

"आजच्या या स्पर्धेच्या युगात प्रत्येक माणूस तणावाखाली वावरत असतो. कुठल्या ना कुठल्या काळजीनं ग्रस्त होऊन दुःखी जीवन जगतो." कुठल्या तरी अदृश्य प्रेरणेने एकलव्य बोलत राहिला. "आपल्या दुःखातून बाहेर पडून आनंदी जीवन जगणं माणसाला शक्य आहे का?"

त्या अनोळखी व्यक्तीने लगेच मोजक्या शब्दांतच एकलव्याचं समाधान केलं. तो म्हणाला, "आजपर्यंत लोक दुःखद घटना किंवा समस्यांकडे दुःखाच्याच नजरेनं पाहत आले आहेत. त्यांच्यापुढे जेव्हा एखादी समस्या निर्माण होते, तेव्हा ते प्रथम दुःखी होतात. नंतर त्याच नजरेनं समस्येकडे बघतात. हा व्यवहार सगळ्यांनाच तार्किक वाटतो, परंतु दुःखी माणूस केवळ दुःखच निर्माण करतो. म्हणूनच कुठल्याही दुःखद घटनेकडे दुःखी नजरेनं बघणं प्रथम बंद कर आणि खुश हो!"

"कदाचित आपलं म्हणणं बरोबर असेलही... पण हे कसं शक्य आहे? दुःखात आनंदी राहायचं?" त्याच्या तर्काला हे काही पटत नव्हतं.

"होय ! बरोबर ! समस्या निर्माण झाली, की प्रथम खुश व्हा. मग ती सोडवा. बरं हे सांग, दुःखी माणूस समस्या लवकर सोडवू शकेल, की आनंदी माणूस?"

"बुद्धी तर असंच म्हणते, की आनंदी माणूसच समस्येची उकल करू शकेल. पण..." बोलता बोलता एकलव्य थांबला.

नव्या माणसाला एकलव्याचा संभ्रम लक्षात आला. तो म्हणाला, "हे तुझ्या तर्कात कदाचित बसणार नाही, पण हे सत्य आहे. तुला आपलं दुःख आणि समस्या यांच्याकडे प्रथम खुशीच्या नजरेनं बघायला हवं. तरच त्यातून बाहेर पडणं सहज शक्य होईल." त्या माणसाचं नावही एकलव्याला माहीत नव्हतं. पण, त्याचं बोलणं मात्र त्याला दिलासा देणारं वाटलं. बोलता बोलता त्याचं घर जवळ आलं. त्या व्यक्तीचा निरोप घेऊन एकलव्याने आपल्या घरात प्रवेश केला. हॉलमध्ये ठेवलेल्या आपल्या वडिलांच्या आरामखुर्चीवर बसून एकलव्य काहीसा सुस्तावला. एवढ्यात त्याची चाहूल लागून आई स्वयंपाकघरातून बाहेर आली.

"काय रे, काय झालं? आज तुला यायला वेळ लागला !" आईने कुतूहलानं विचारलं.

"हं ! जरा गप्पा मारत मारत उशीर झाला. तशीही आज महात्मा गांधी जयंतीची सुट्टी आहे. ऑफिसमध्ये जायचं नाही म्हणून थोडा आरामात आलो."

"कुणाशी गप्पा मारल्यास? रस्त्यात कुणी ओळखीचं भेटलं वाटतं?"

आपल्या आईचं कुतूहल शमवण्यासाठी एकलव्य म्हणाला, "नाही. आपल्याच बिल्डिंगमधल्या वरच्या फ्लॅटमध्ये नुकतेच एक जण राहायला आलेत.

परिशिष्ट

सकाळी फिरताना त्यांच्याशी बोलणं झालं... त्यांच्याशी बोलता बोलता उशीर झाला.''

"नवीन गृहस्थ? आपल्या बिल्डिंगमध्ये? कोण आहेत ते? त्यांचं नाव काय?''

"त्यांचं नाव आहे, 'उपरवाला''' एकलव्य सहजच म्हणाला.

"उपरवाला'' म्हणता म्हणता एकलव्याला स्वतःचंच खूप आश्चर्य वाटलं. 'हे नाव माझ्या आतून कसं स्फुरलं?' त्याला असं वाटू लागलं कदाचित त्या 'उपरवाल्या'ने तर या उपरवाल्याला माझ्यासाठी पाठवलं नसेल?

एकलव्याला क्षणभर असंही वाटलं, की हा वरचासुद्धा 'त्या' वरच्यापेक्षा काही कमी रहस्यमय नाही. ना नाव सांगतो, ना काम. पण बोलतो खूप चांगलं, सुज्ञपणाचं. सारखं ऐकत राहावंसं वाटतं !

आपल्याच विचारात बुडून गेलेल्या एकलव्याला पुन्हा आईचा आवाज ऐकू आला. "उपरवाला... हे काय नाव झालं?''

"का? काय वाईट आहे यात? चांगलं नाव आहे की !''

"मी यापूर्वी हे असं नाव कधी ऐकलं नव्हतं. तू थट्टा करतोयंस.''

"मलादेखील त्याचं नाव माहीत नाही. तू विचारल्यावर मला हेच नाव सुचलं.'' एकलव्य म्हणाला.

"काय करतात ते? त्यांच्यासोबत आणखी कोण कोण आहेत?'' आईचे प्रश्न सुरूच होते. "त्यांच्याबरोबर कुणीच नाही. ते एकटेच राहतात.'' असं म्हणून एकलव्य आपल्याच बोलण्यावर हसला. दुसरीकडे त्या नव्या गृहस्थाबद्दल आईने प्रश्नांची सरबत्ती सुरूच ठेवली. ती अगदी श्वाससुद्धा न घेता एकलव्याला विचारत होती. "हा 'उपरवाला' कोण आहे? कुठून आलाय? काय करतो? तो एकटाच

आहे का? त्याचा परिवार कुठे आहे? तो इथे काय करायला आला आहे? त्याचा काही बिझनेस आहे का?... की त्याची बदली या शहरात झालीय? तो इथे किती दिवस राहणार?'' वगैरे...

आईच्या सगळ्याच प्रश्नांची उत्तरे एकलव्य देऊ शकला नाही, कारण त्याला स्वतःलाच त्या गृहस्थाबद्दल कुठं ठाऊक होतं? त्याच्यासमोर फक्त एकच शब्द होता, 'उपरवाला.'

पुढे काय झालं? 'उपरवाल्या'च्या मैत्रीने एकलव्याला धोका दिला, की दुःखमुक्तीची साधना दिली? समजून घेण्यासाठी वाचा 'दुःखात खुश राहण्याची कला' - संवाद गीता.

दुःखात खुश राहण्याची कला
संवाद गीता

मूल्य : ₹ २५०

दुःख भोगून त्यावर उपाय शोधून जेव्हा माणूस स्वस्थ होतो, तेव्हा त्या उपायाच्या शोधामुळे संभाव्य करोडो रोगी निरोगी होतात.

२
अज्ञानरूपी विहिरीत दुःखाचं पाणी
सर्वसमावेशक दृष्टिकोनातून पाहा

माणसाच्या दुःखाचं कारण विहिरीप्रमाणे आहे, जिथून त्याला अज्ञानामुळे अर्धसत्यच दिसत असतं आणि अर्धसत्य कित्येकदा खोट्यापेक्षासुद्धा जास्त भयंकर असतं, दुःखदायी ठरतं. माणूस जेव्हा उच्च चेतनेच्या स्तरावरून म्हणजेच हेलिकॉप्टरच्या दृष्टिकोनातून (टॉप व्ह्यू) बघतो, तेव्हाच त्याला संपूर्ण सत्य दिसू लागतं. संपूर्ण सत्य दुःखाचं अस्तित्व विलीन करून टाकतं.

माणूस जेव्हा संसाराकडे कूपमंडूक वृत्तीनं पाहतो, तेव्हा त्याला संसार अर्धवट, अपूर्ण दिसू लागतो. काही तरी कमी आहे, हे सतत जाणवतं. त्याचप्रमाणे तो दुःख आणि सुख, ज्ञान आणि भक्ती, आकार आणि निराकार यांना वेगळं समजतो. अशा अपूर्ण ज्ञानामुळे तो इतरांशी वादविवाद करतो, सुखावर प्रेम, तर दुःखाचा तिरस्कार करू लागतो. वास्तविक ज्ञान आणि भक्ती या एकाच नाण्याच्या दोन बाजू आहेत, हे लक्षात घ्यायला हवं.

माणूस जेव्हा अज्ञानरूपी विहिरीतून बाहेर येतो, तेव्हा त्याचं विचारांचं दुःख नाहीसं होतं. इतर लोकांविषयी त्याला वाटणारी घृणा आणि तिरस्कार नाहीसा होतो. धर्माच्या नावावर चाललेली भांडणं मूर्खपणाची वाटू लागतात. असा माणूस जेव्हा चेतनेच्या हेलिकॉप्टरमध्ये बसून टॉप व्ह्यूने सगळी दृश्यं पाहतो, तेव्हा सुखदुःखापलीकडील 'तेजआनंदाचं' रहस्य त्याला ज्ञात होतं. हे रहस्य जाणून तो

परिशिष्ट

सुख आणि दुःखापासून मुक्त होतो, ज्ञान आणि अज्ञानापलीकडे जाऊन, परममौनाचं महत्त्व समजू लागतो.

तुम्हाला दुःखाच्या विहिरीतून बाहेर यायचं असेल, तर सत्याच्या हेलिकॉप्टरमध्ये बसून जीवनरूपी संपूर्ण चित्रपट सर्वसमावेशक दृष्टीने पाहा. त्या फिल्ममध्ये मध्यंतरापर्यंत ज्ञान व आकार यांबाबत सांगितलं जातं, तर मध्यंतरानंतर भक्ती आणि निराकार याविषयीची समज मिळते.

आकार आणि निराकार वेगवेगळे मानून जेव्हा लोक भांडण करतात, तेव्हा सगळे एकच चित्रपट पाहत आहेत, हे ते जाणत नसतात. 'माझी कथा चांगली, तुझी चुकीची,' असं म्हणणं अत्यंत मूर्खपणाचं आहे. कारण फिल्म एकच आहे व फिल्मचा डायरेक्टरही एकच आहे.

तुम्ही जेव्हा उच्च चेतनेद्वारे सत्य पाहाल, तेव्हा तुमची स्वर्ग (सुख) आणि नरक (दुःख) याविषयीची कल्पना नाहीशी होईल, कर्म आणि भाग्य याविषयीचं कोडं सुटेल, बंधन आणि मोक्ष यांचं रहस्य खुलं होईल. त्याचबरोबर सुख-दुःखाचा खेळही समाप्त होईल.

माणूस अज्ञानामुळे स्वनिर्मित दुःखाच्या जाळ्यात अडकत जातो आणि दुःखद घटनांना आपल्या आयुष्यात आमंत्रित करतो. वास्तविक कुठल्याही घटनेबाबत आपल्याला दुःख होत असेल, तर त्यामागे आपले परंपरागत विचार, मान्यता आणि त्यातून आलेला अपराधबोध दडलेला असतो. या सर्व गोष्टी प्रकाशात आणून कायमस्वरूपी नष्ट करणं हाच खरा दुःखमुक्तीचा मार्ग आहे. माणूस जेव्हा स्वतःचा शोध घेईल, तेव्हा त्याच्यासमोर वस्तुस्थिती प्रकट होईल आणि त्यानंतरच खऱ्या अर्थानं त्याचं वास्तवात जगणं सुरू होईल. मग तो कधीही दुःखात राहणार नाही, तर वस्तुस्थितीवर प्रेम करू लागेल. हाच तो खुश राहण्याचा राजमार्ग...

३

संपूर्ण प्रशिक्षण

हे पुस्तक वेगळं का

तुमच्या हातात या वेळी संपूर्ण अभिव्यक्ती ट्रेनिंगचा एक नकाशा आहे. तुम्हाला तुमच्या ध्येयाकडं अत्यंत सहजपणे घेऊन जाऊ शकेल, असा हा एक संपूर्ण आराखडा आहे. संपूर्ण ध्येयप्राप्तीसाठी संपूर्ण नकाशा, संपूर्ण मार्गदर्शन, संपूर्ण पुस्तक आहे. काही पुस्तकं अशी असतात, की ती वरवरच्या गोष्टींवर प्रकाश टाकतात. परंतु काही पुस्तकं तुम्हाला स्वतःमध्ये असलेल्या गुण-अवगुणांची ओळख करून देतात. मात्र, हे एक सर्वस्वी वेगळं असं पुस्तक आहे. या पुस्तकाच्या सुनियोजित रचनेमुळे तुमच्या संपूर्ण लक्ष्याचा नकाशाच केवळ प्रकाशमान होतो, असं नाही तर तुमच्या ध्येयाच्या योजनेची सविस्तर ओळखही ते करून देतं. एवढंच नव्हे, तर या आराखड्यानुसार वाटचाल करण्यासाठी हे पुस्तक म्हणजे एक प्रेरणास्रोत आहे, वरदान आहे.

हे पुस्तक सेल्फ डेव्हलपमेंट आणि मॅनेजमेंटच्या हजारो पुस्तकांचा केवळ सार आहे असं नव्हे, तर अशा पुस्तकांमधील जे निखळलेले दुवे आहेत त्यावरही या पुस्तकात विस्तारपूर्वक भाष्य केलेलं आढळेल. या पुस्तकातील एक ते चार हे भाग वाचल्यानंतर ध्येयप्राप्तीसाठी प्रशिक्षणाची आवश्यकता का आहे? ध्येय साध्य करण्यासाठी कोणती योग्य पावलं उचलणं आवश्यक आहे? हे तुमच्या लक्षात येईल. या भागात 'आराखड्याची गरज का आहे' याचं तुम्हाला सम्यक

मार्गदर्शन होईल. ध्येयप्राप्तीची योजना तयार असूनही सर्वांना यशाचं शिखर का गाठता येत नाही, याविषयी पहिल्या भागात मार्गदर्शन मिळेल. पुस्तकाच्या दुसऱ्या भागात या आराखड्यातील सात प्रशिक्षणांविषयी विस्तारानं विवेचन केलं आहे. आपल्या इच्छेनुसार तुम्ही या पुस्तकाच्या कोणत्याही भागाचा लाभ घेऊ शकता. हे पुस्तक निश्चितपणे आपल्याला ध्येयप्राप्तीसाठी पूर्ण दिशादर्शन आणि योग्य मार्गदर्शन करेल.

हे पुस्तक सरश्रींद्वारे लिहिलं गेलं आहे. सरश्री आजच्या युगातील युगपुरुष आहेत. त्यामुळे या पुस्तकात सामान्य आणि असामान्य, आध्यात्मिक आणि मानसिक, आधुनिक आणि पारंपरिक कल्पनांचा समावेश केलेला आहे. पुरातन सत्य प्रचलित भाषेत आणि तत्कालीन उदाहरणांद्वारे लोकांसमोर प्रकट करणं हे युगपुरुषांचंच काम आहे.

सरश्री म्हणतात, ''जी व्यक्ती आपल्या शरीराला शिस्त लावू शकते, मनावर अंकुश ठेवू शकते, त्या व्यक्तीची बुद्धी नेहमीच तल्लख राहते. त्यामुळे अशी व्यक्ती कधीही लाचार बनत नाही, तर अत्यंत उज्ज्वल जीवन व्यतीत करते, आसक्तीरहित जीवन जगते.'' अशा प्रकारचं तेजजीवन प्राप्त करण्यासाठी, स्वतःच्या अभिव्यक्तीसाठी, आपले गुण वाढवण्यासाठी संपूर्ण ट्रेनिंगची आवश्यकता जाणून घेणं अत्यंत आवश्यक आहे. कारण कित्येक वेळा स्वयंप्रशिक्षणामुळे सामान्य माणसाकडूनही असामान्य कार्यं योग्य रीतीने पार पडतात.

स्वतःला प्रशिक्षित करण्यासाठी वाट पाहत राहणं व्यर्थ आहे. यामुळे 'शुभस्य शीघ्रम' या न्यायानं प्रशिक्षणाशी संबंधित गोष्टी, विनाविलंब आचरणात आणण्यास सुरुवात करा. प्रशिक्षण प्राप्त करण्यासाठी या पुस्तकात सांगितलेल्या कार्ययोजनेप्रमाणे त्याची अंमलबजावणी सुरू करा. यासाठी आपल्या योजना

आणि आपल्याला ज्या गुणांचा विकास करायचा आहे, त्यांच्या महत्त्वानुसार त्यांची एक सूची बनवा. ही सूची नजरेसमोर ठेवून आपण हे प्रशिक्षण किती कालावधीत पूर्ण करू शकता, याची तुम्हाला कल्पना येईल. या सूचीलाच आपली प्रशिक्षण कार्ययोजना (नकाशा) समजा.

प्रशिक्षणाच्या या सूचीकडे नेहमी सकारात्मक दृष्टीने पाहा. कोणतंही ध्येय साध्य करण्यासाठी हा दृष्टिकोन उपयुक्त ठरेल. या सकारात्मक दृष्टिकोनामुळे, आपल्या अंतरंगात उपजतच सर्व काही उपलब्ध आहे, या गोष्टीची जाणीव होते. त्यासाठी आपल्याला इतरत्र भटकण्याची गरज नाही.

हा नकाशा आपण बदलू शकत नाही, कारण तो अपरिवर्तनीय आहे. मात्र, या नकाशानुसार तुम्हालाच स्वतःमध्ये बदल करून घ्यायचे आहेत. त्यानंतर आराखड्यानुसार आपल्याकडून जी अभिव्यक्ती होईल, जो आनंद होईल तो केवळ तुमचाच असेल...

- **आपण विचारपूर्वक बोलता, की बोलल्यानंतर विचार करता?**

'निसर्गाचे नियम अवगत असलेले आत्मप्रशिक्षणासाठी मोठ्या हिरीरीनं पुढं सरसावतात. छोटं उद्दिष्ट ते कधी ठेवत नाहीत.' या वाक्याची सत्यता सिद्ध करणं हे 'संपूर्ण प्रशिक्षण' पुस्तकाचं लक्ष्य आहे.

परमलक्ष्य प्राप्त करण्यासाठी संपूर्ण प्रशिक्षणाची आवश्यकता प्रत्येक व्यक्तीला असते. प्रशिक्षण म्हणजे शरीराबरोबरच मनाचं आणि बुद्धीचं संपूर्ण ट्रेनिंगदेखील.

जीवन ही एक ट्रेन आहे. या ट्रेनमध्ये प्रत्येक व्यक्तीला ट्रेनिंग मिळत असतं. या भूतलावर माणूस जीवनरूपी ट्रेनमध्ये वेगवेगळे अनुभव, काही धडे घेण्यासाठी आला आहे. प्रत्येक स्टेशनवर काही लोक तुमच्याबरोबर सहप्रवासी म्हणून ट्रेनमध्ये चढतात, तर काही लोकांची तुमच्यापासून ताटातूट होते. प्रत्येक नातं तुम्हाला काही शिकवून जातं, प्रत्येक दृश्य काहीतरी सांगून जातं. एखाद्या

स्टेशनवर तुम्ही थोडा वेळ उतरता, तर काही वेळा वाट चुकून विचलित होता. आपल्याला कोणत्या स्टेशनवर कधी, कशासाठी आणि कोणत्या कारणासाठी उतरायचं आहे किंवा कोणत्या स्टेशनवर कधीच उतरायचं नाही, हे तुम्ही तुमच्या प्रत्येक चुकीपासून शिकत असता. अशाप्रकारे स्टेशनची ही समज तुम्हाला प्रशिक्षण द्यायला कारणीभूत ठरते. शिवाय नवीन सहप्रवाशांचा लोंढा आपल्याला धाडसानं जगायला शिकवतो. दुर्घटनेच्या शंकेनं तुमच्यातील साहस वाढतं. दुःखितांची दुर्दशा करुणेचा भाव शिकवते. अशाप्रकारे ही जीवनयात्रा तुम्हाला तेज आस्था (अतूट विश्वास), तेज प्रेम (विनाशर्त भक्ती) आणि तेज कर्म (अभिव्यक्ती) यांचे धडे देते.

- **प्रशिक्षित व्यक्ती पारखण्याचे चार मापदंड**

    प्रशिक्षित व्यक्तीच्या प्रशिक्षणाची उंची मोजण्यासाठी कार्याची चार मापदंडात विभागणी केली जाऊ शकते –

    * वेळ,

    * स्वच्छता, व्यवस्थितपणा,

    * उत्साह आणि

    * रचनात्मकता.

    हे एका उदाहरणानं आपण समजून घेऊया.

    एक प्रशिक्षित टायपिस्ट, अप्रशिक्षित टायपिस्टपेक्षा त्याला दिलेलं काम :

१) कमी वेळेत पूर्ण करील.

२) त्याच्या कामात कमीत कमी चुका आढळतील व ते व्यवस्थित होईल.

३) काम पूर्ण झाल्यावर तो अप्रशिक्षित टायपिस्टपेक्षा कमी थकलेला असेल.

४) त्यानंतर पुढच्या वेळी तो हेच काम यंत्रवत न करता अधिक उत्तम प्रकारे करण्याचा प्रयत्न करेल.

या चार गोष्टी प्रशिक्षित व्यक्ती व अप्रशिक्षित व्यक्तीतील फरक स्पष्ट करण्यास पुरेशा आहेत. एक प्रशिक्षित वाचक केवळ अधिक वेगानं वाचनच करेल असं नव्हे, तर त्याला त्याचं व्यवस्थित आकलन होईल आणि त्याच्या लक्षातही अधिक राहील. हे करताना तो दमणार नाही आणि पुढच्या वेळी आधी वाचलेल्या माहितीचा नवीन माहिती मिळविण्यासाठी योग्य वापर करू शकेल.

उपरोल्लेखित चार मापदंडांशी तुलना करीत जेव्हा आपण आपले प्रशिक्षण सुरू कराल, तेव्हाच प्रशिक्षणाचा पूर्ण लाभ घेऊ शकाल. यासाठी प्रत्येक कार्य केवळ कर्तव्यभावनेनं करू नका, तर प्रशिक्षण मिळविण्यासाठी आणि अभिव्यक्ती करण्यासाठी आलेली ही एक उत्तम संधी आहे, असं समजा.

- **नकारात्मक गोष्टींनाही संधी बनवा**

प्रशिक्षण आणि अभिव्यक्तीच्या संधींची ओळख झाल्यानंतर तुम्ही येणाऱ्या प्रत्येक क्षणाचा योग्य उपयोग करू शकाल. कारण 'प्रत्येक संधीचा योग्य उपयोग करून घेणं' हा प्रशिक्षित व्यक्तीचा पहिला गुण आहे. काही व्यक्तींना अन्य काही गोष्टी निरर्थक वाटत असल्या, तरीही प्रशिक्षित व्यक्तीला प्रत्येक गोष्टीचा उपयोग कसा करून घ्यायचा ही कला चांगलीच अवगत असते. या विश्वामध्ये कोणतीच गोष्ट निरुपयोगी (useless) नसते. नकारात्मक गोष्टींचा लाभ उठवत, अशा गोष्टींना निमित्त बनवून तुम्ही सर्वांसाठी प्रेरणादायी व्यक्ती बनू शकता. नकारात्मक गोष्टींचा शिडी अथवा आधारशिलेसारखा (stepping stone) उपयोग करून एक वेगळीच उंची गाठून महान ध्येय साध्य करू शकता आणि आपल्या चेतनेचा स्तरही वाढवू शकता.

आपण प्रशिक्षित (trained) नाही, हे प्रशिक्षणाच्या सुरुवातीलाच स्वतःला

परिशिष्ट

माहीत असणं आवश्यक आहे. ज्यादिवशी ही गोष्ट तुम्हाला मनोमन उमजेल, तोच तुमच्या प्रशिक्षणाचा (training) पहिला दिवस असेल. सर्वप्रथम तुम्हाला प्रशिक्षणाची आवश्यकता आहे, ही सजगता येणं गरजेचं आहे.

अप्रशिक्षित व्यक्तीच्या जीवनात कोणताही विचार आला, तर तो त्याच विचारात गुंतून जातो. यामुळे त्याची अन्य कामं अपूर्ण राहतात. एवढंच काय पण अगदी अभ्यासासारखं महत्त्वाचं कार्यही त्याच्याकडून पार पडत नाही. यामुळे त्याची शिल्लक (pending) कामांची यादी वाढत जाऊन कालची कामं त्याला आज करावी लागतात. या परिस्थितीत त्याला आजचा वेळ कालच्या अपुऱ्या कामांची पूर्तता करण्यासाठी द्यावा लागतो आणि परिणामस्वरूप आज करायची कामं उद्यावर ढकलावी लागतात. असं हे दुष्टचक्र त्याच्या जीवनात अव्याहतपणे चालत राहतं. कुठे आपल्याही जीवनात असंच तर होत नाही ना?

प्रशिक्षित व्यक्तीला समस्यांना तोंड द्यावंच लागत नाही, असं समजणं चुकीचं ठरेल. वस्तुतः प्रशिक्षित व्यक्तीलाही समस्यांचा सामना करावा लागतोच. परंतु प्रशिक्षित व्यक्ती समस्या उपस्थित होताच तिला तोंड कसं द्यायचं, याचा विनाविलंब विचार करू लागते. प्रशिक्षित व्यक्ती कुठल्याही समस्येनं गडबडून जात नाही, तर याबाबत पुढे काय करता येईल, या समस्येचं निराकरण कसं करता येईल, याविषयी विचार करू लागते. दुधाचा ग्लास खाली पडल्यावर, 'तो ग्लास इथं कोणी ठेवला? त्यात कोणत्या कंपनीचं दूध होतं? ते दूध महाग होतं की स्वस्त?' या बाबींचा विचार ती करणार नाही, तर 'ग्लास फुटल्यामुळे काचेचे इतस्ततः विखुरलेले तुकडे लवकरात लवकर जमा करून त्यांची वासलात लावल्यास कोणाच्या पायात ते घुसणार नाहीत आणि कोणाला इजाही होणार नाही,' असाच विचार ती सर्वप्रथम करेल.

प्रशिक्षित व्यक्ती जुन्या समस्येचं निराकरण करताना त्यापासून नवीन समस्या

निर्माण होणार नाही, याची नेहमी काळजी घेते. प्रशिक्षित व्यक्तीपाशी सर्व समस्यांवर उपाय असतो असं नव्हे, तर समस्या सोडवताना ती प्रथम सामान्यज्ञानाचा वापर करते. या समस्येचं निराकरण कसं करायचं, यावर लक्ष केंद्रित करते. ती व्यक्ती सामान्य बुद्धीने विचार करते, 'अशीच समस्या अब्राहम लिंकन अथवा अन्य महान व्यक्तींसमोर उपस्थित झाली असती, तर त्यांनी यातून कसा मार्ग काढला असता?' याचा अर्थ असा, की प्रशिक्षित व्यक्तीने लिंकनला आपला आदर्श मानलं आहे. लिंकनला आपल्या जागी कल्पून 'त्यांनी अशा परिस्थितीत काय केलं असतं?' याचा विचार करते.

याशिवायही आणखी अनोखं ट्रेनिंग 'संपूर्ण प्रशिक्षण' या पुस्तकात आपल्याला मिळेल. जे प्राप्त करून आपण आपल्या जीवनात विकास पथावर वाटचाल करू लागाल...

निसर्गाचे नियम जाणणारे आत्मप्रशिक्षण घ्यायला कधीही मागे-पुढे पाहत नाहीत. त्यासाठी ते सदैव तत्पर असतात.

हे पुस्तक वाचल्यानंतर आपला अभिप्राय कृपया या पत्त्यावर अवश्य पाठवा.
Tejgyan Global Foundation,
Pimpri Colony Post Office,
P. O. Box 25, Pune - 411 017. Maharashtra (India).

एक अल्प परिचय
सरश्री

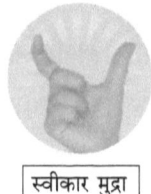

स्वीकार मुद्रा

सरश्रींचा आध्यात्मिक शोधाचा प्रवास त्यांच्या बालपणापासूनच सुरू झाला होता. हा शोध सुरू असतानाच त्यांनी अनेक प्रकारच्या पुस्तकांचं अध्ययन केलं. त्याचबरोबर या शोधकाळात त्यांनी अनेक ध्यानपद्धतींचा अभ्यासही केला. त्यांच्यातील या जिज्ञासेने त्यांना अनेक वैचारिक आणि शैक्षणिक संस्थांमध्ये जाण्यासाठी प्रेरित केलं. जीवनाचं रहस्य समजण्यासाठी त्यांनी **प्रदीर्घ काळ मनन करून आपलं शोधकार्य सातत्याने सुरू ठेवलं.** या शोधातूनच त्यांना 'आत्मबोध' प्राप्त झाला. आत्मसाक्षात्कारानंतर त्यांना जाणवलं, की **अध्यात्माचा प्रत्येक मार्ग ज्या शृंखलेने जोडलेला आहे, तो म्हणजे 'समज'** (Understanding). आत्मबोधप्राप्तीनंतर त्यांनी अध्यापनाचं कार्य थांबवलं आणि जवळ जवळ दोन दशकांहूनही अधिक काळ आपलं समस्त जीवन मानवजातीच्या कल्याणासाठी आणि आध्यात्मिक विकासासाठी अर्पण केलं.

सरश्री म्हणतात, ''सत्यप्राप्तीच्या सर्व मार्गांचा प्रारंभ जरी वेगवेगळ्या मार्गांनी होत असला, तरी सर्वांचा अंत मात्र एकच समज प्राप्त केल्याने होतो. ही **'समज'च सर्व काही असून ती स्वतःमध्ये परिपूर्ण आहे.** आध्यात्मिक ज्ञानप्राप्तीसाठी या 'समजे'चं श्रवणच पुरेसं आहे.'' ही समज प्रकाशमान करण्यासाठी आजपर्यंत त्यांनी **आध्यात्मिक विषयांवर तीन हजारांहून अधिक प्रवचनं दिली आहेत.** या प्रवचनांद्वारे ते अध्यात्मातील अतिशय गहन संकल्पना सहज, सुलभ आणि व्यावहारिक भाषेत समजावून सांगतात. समाजातील प्रत्येक स्तरावरील मनुष्य सरश्रींद्वारे सांगितल्या जाणाऱ्या या समजेचा लाभ घेऊ शकतो.

ही समज प्रत्येकाला आपल्या अनुभवातून प्राप्त व्हावी, यासाठी सरश्रींनी

'महाआसमानी परमज्ञान शिबिर' आणि त्यासाठी आवश्यक असणारी कार्यप्रणाली (सिस्टिम) तयार केली. **तिचा लाभ आज लाखो लोक घेत आहेत.** या प्रणालीला आय.एस.ओ. (ISO 9001:2015) प्रमाणपत्रही लाभलंय. या प्रणालीमुळेच अनेकांना सत्यमार्गावर वाटचाल करण्याची प्रेरणा मिळाली आहे. या समजेचा प्रचार आणि प्रसार करण्यासाठी त्यांनी 'तेजज्ञान फाउंडेशन' या आध्यात्मिक संस्थेचा पाया रचला. **'हॅपी थॉट्सद्वारे उच्चतम विकसित समाजाची निर्मिती करणे,'** हेच या संस्थेचं मुख्य उद्दिष्ट आहे.

विश्वातील प्रत्येक मनुष्य आज सरश्रींच्या मार्गदर्शनाचा लाभ घेऊ शकतो. त्यासाठी कोणत्याही धर्म, जात, उपजात, वर्ण, पंथ वा लिंग यांचं बंधन नसतं. विश्वाच्या प्रत्येक कानाकोपऱ्यांतील लोक आज 'तेजज्ञान'च्या अनोख्या ज्ञानप्रणालीचा (System for Wisdom) लाभ घेत आहेत. याच व्यवस्थेचा आणखी एक महत्त्वपूर्ण भाग म्हणजे, **दररोज सकाळी आणि रात्री ९ वाजून ९ मिनिटांनी लाखो लोक विश्वशांतीसाठी प्रार्थना करत आहेत.**

बेस्ट सेलर पुस्तक 'विचार नियम' शृंखलेचे रचनाकार म्हणूनही सरश्रींना ओळखलं जातं. **केवळ पाच वर्षांच्या कालावधीत या पुस्तकाच्या १ कोटीपेक्षा अधिक प्रती** वितरित झाल्या आहेत. याशिवाय आजवर त्यांनी विविध विषयांवर **१०० हून अधिक पुस्तकं लिहिली** आहेत. त्यांपैकी 'विचार नियम', 'स्वसंवाद एक जादू', 'शोध स्वतःचा', 'स्वीकाराची जादू', 'निःशब्द संवाद एक जादू', 'संपूर्ण ध्यान' इत्यादी पुस्तकं बेस्ट सेलर झाली आहेत. ही पुस्तकं दहापेक्षा अधिक भाषांमध्ये अनुवादित असून, पेंगुइन बुक्स, हे हाउस पब्लिशर्स, जैको बुक्स, मंजुळ पब्लिशिंग हाउस, प्रभात प्रकाशन, राजपाल ॲण्ड सन्स, पेंटागॉन प्रेस आणि सकाळ प्रकाशन इत्यादी प्रमुख प्रकाशन संस्थांद्वारे ती प्रकाशित झाली आहेत.

तेजज्ञान फाउंडेशन परिचय

तेजज्ञान फाउंडेशन आत्मविकासातून आत्मसाक्षात्कार प्राप्त करण्याचा एक मार्ग आहे. यासाठी सरश्रींद्वारा एक अनोखी बोधप्रणाली (System for Wisdom) निर्माण झाली आहे. या प्रणालीला आंतरराष्ट्रीय प्रमाणपत्राद्वारे ISO 9001:2015च्या आवश्यकतेनुसार आणि निकष पडताळून सरळ, व्यावहारिक आणि प्रभावी बनवलं गेलं आहे.

या संस्थेच्या प्रबोधनपद्धतीच्या भिन्न पैलूंना (शिक्षण, निरीक्षण आणि गुणवत्ता) स्वतंत्र गुणवत्ता परीक्षकांद्वारे (Quality Auditors) क्रमबद्ध पद्धतीने पडताळलं गेलं. त्यानंतर या पैलूंना ISO 9001:2015 साठी पात्र समजून या बोधपद्धतीला हे प्रमाणपत्र प्रदान करण्यात आलं.

या फाउंडेशनचे लक्ष्य आहे नकारात्मक विचारांकडून सकारात्मक विचारांकडे वाटचाल. सकारात्मक विचारांकडून शुभ विचारांकडे म्हणजे हॅपी थॉट्सकडे प्रगती. शुभ विचारांकडून निर्विचार अवस्थेकडे मार्गक्रमण आणि निर्विचार अवस्थेच्या अंती आत्मसाक्षात्कार प्राप्ती. 'मी सर्व विचारांपासून मुक्त व्हावे' हा विचार म्हणजे शुभ विचार (हॅपी थॉट्स). 'मी प्रत्येक इच्छेपासून मुक्त व्हावे', अशी इच्छा म्हणजे शुभ इच्छा.

तेजज्ञान म्हणजे ज्ञान व अज्ञान या दोहोंच्या पलीकडचे ज्ञान. पुष्कळ लोक सामान्य ज्ञानाच्या (General Knowledge) माहितीलाच ज्ञान मानतात. परंतु अस्सल ज्ञान आणि नुसती माहिती यांत फार मोठे अंतर आहे. आजमितीला लोक सामान्य ज्ञानाच्या उत्तरांनाच जास्त महत्त्व देतात. अशा ज्ञानाचे विषय म्हणजे कर्म आणि भाग्य, योग आणि प्राणायाम, स्वर्ग आणि नरक इत्यादी. आजच्या युगात सामान्यज्ञान प्राप्त करणारे लोक, शिक्षक मोठ्या प्रमाणावर आहेत; परंतु हे ज्ञान ऐकून जीवनात परिवर्तन घडून येत नाही. असे ज्ञान म्हणजे केवळ बुद्धिविलास आहे किंवा अध्यात्माच्या नावावर चाललेला बुद्धीचा व्यायाम आहे.

सर्व समस्यांवरील उपाय आहे तेजज्ञान. क्रोध, चिंता आणि भय यांपासून मुक्त जीवन म्हणजे तेजज्ञान. शारीरिक, मानसिक, सामाजिक, आर्थिक आणि आध्यात्मिक प्रगतीचा, सर्वांगीण प्रगतीचा मार्ग आहे तेजज्ञान. तेजज्ञान आपल्या अंतरंगात आहे. येथे या आणि या गोष्टीचा अनुभव घ्या.

आपल्याला असे ज्ञान हवे आहे, की जे सामान्य ज्ञानापलीकडे आहे, जे प्रत्येक समस्येवरील उत्तर आहे, जे प्रत्येक समजुतीपासून, गृहीत धारणांपासून आपल्याला मुक्त करते, ईश्वरी साक्षात्कार घडविते, अंतिम सत्यात स्थापित करते. आता वेळ आली आहे शाब्दिक, सामान्यज्ञानातून बाहेर येऊन तेजज्ञानाचा अनुभव घेण्याची!

आजवर जप-तप, तंत्र-मंत्र, कर्म-भाग्य, ध्यान-ज्ञान, योग-भक्ती असे अनेक मार्ग अध्यात्मात सांगितले आहेत. या सर्व मार्गांनी प्राप्त होणारी अंतिम समज, अंतिम ज्ञान, बोध एकच आहे. अंतिम सत्याच्या शोधकाला, साधकाला शेवटी जी एकच 'समज' प्राप्त होते, ती 'समज' श्रवणानेसुद्धा प्राप्त होऊ शकते. अशा समजप्राप्तीसाठी श्रवण करणे यालाच तेजज्ञान प्राप्त करणे म्हटले गेले आहे. तेजज्ञानाच्या श्रवणाने सत्याचा साक्षात्कार घडतो, ईश्वरीय अनुभव मिळतो. हेच तेजज्ञान सरश्री महाआसमानी शिबिरात प्रदान करतात.

महाआसमानी परमज्ञान
शिबिर परिचय आणि लाभ (निवासी)

तुम्हाला सर्वोच्च आनंद हवाय? असा आनंद, जो कोणत्याही बाह्य कारणावर अवलंबून नाही... जो प्रत्येक क्षणी वृद्धिंगत होतो. या जीवनात तुम्हाला प्रेम, विश्वास, शांती, समृद्धी आणि परमसंतुष्टी हवी आहे का? शारीरिक, मानसिक, सामाजिक, आर्थिक आणि आध्यात्मिक अशा आयुष्याच्या सर्व स्तरांवर यशस्वी होण्याची तुमची इच्छा आहे का? 'मी कोण आहे' हे तुम्हाला अनुभवाने जाणावंसं वाटतं का?

तुमच्या अंतर्यामी अशा सर्व प्रश्नांची उत्तरं जाणण्याची इच्छा आणि 'अंतिम सत्य' प्राप्त करण्याची तृष्णा असेल, तर तेजज्ञान फाउंडेशनतर्फे आयोजित 'महाआसमानी शिबिरा'त तुमचं स्वागत आहे. हे शिबिर सरश्रींच्या मार्गदर्शनावर आधारित आहे. सरश्री, आजच्या युगातील आध्यात्मिक गुरू असून, ते आजच्या लोकभाषेत अत्यंत सहजपणे आध्यात्मिक समज प्रदान करतात.

महाआसमानी परमज्ञान शिबिराचा उद्देश :

विश्वातील प्रत्येक मनुष्यानं 'मी कोण आहे', या प्रश्नाचं उत्तर जाणून तो सर्वोच्च

आनंदाच्या अवस्थेत स्थापित व्हावा, हाच या शिबिराचा मुख्य उद्देश आहे. प्रत्येकाला असं ज्ञान प्राप्त व्हावं, जेणेकरून त्यानं प्रत्येक क्षणी वर्तमानात जगण्याची कला आत्मसात करावी. तो भूतकाळाचं ओझं आणि भविष्याची चिंता यांतून मुक्त व्हावा. प्रत्येकाच्या आयुष्यात कधीही न संपणारा आनंद आणि योग्य समज यावी. शिवाय, प्रत्येकानं समस्या विलीन करण्याची कला आत्मसात करावी. थोडक्यात, मनुष्यजन्माचा उद्देश सफल व्हावा, हाच या शिबिराचा उद्देश आहे.

'मी कोण आहे? मी येथे का आहे? मोक्ष म्हणजे काय? या जन्मातच मोक्षप्राप्ती शक्य आहे का?' असे प्रश्न जर तुमच्या मनात असतील, तर त्यांवरील उत्तर आहे- 'महाआसमानी परमज्ञान शिबिर'.

महाआसमानी परमज्ञान शिबिराचे मुख्य लाभ :

वास्तविक या शिबिराचे लाभ तर असंख्य आहेत; पण त्यांपैकी मुख्य लाभ पुढीलप्रमाणे- * जीवनात शक्तिशाली ध्येय निश्चित होतं *'मी कोण आहे' हे अनुभवाने जाणता येतं (सेल्फ रियलायजेशन) *मनाचे सर्व विकार विलीन होतात. *भय, चिंता, क्रोध, बोरडम, मोह, तणाव या नकारात्मक बाबींतून मुक्ती *प्रेम, आनंद, मौन, समृद्धी, संतुष्टी, विश्वास अशा दिव्य गुणांशी युक्ती *साधं, सरळ पण शक्तिशाली जीवन जगता येतं *प्रत्येक समस्येचं निराकरण करण्याची कला प्राप्त होते *'प्रत्येक क्षणी वर्तमानात जगणं' हा तुमचा स्वभाव बनतो * आपल्यातील सर्व सकारात्मक शक्यता खुलतात *याच जीवनात मोक्षप्राप्ती होते

महाआसमानी परमज्ञान शिबिरात सहभागी कसं व्हाल?

या शिबिरात सहभागी होण्यासाठी तुम्हाला खालील बाबींची पूर्तता करायची आहे-

१) तुमचं वय कमीत कमी अठरा किंवा त्यापेक्षा अधिक असायला हवं.

२) सर्वप्रथम तुम्हाला 'सत्य-स्थापना' (फाउंडेशन ट्रुथ रिट्रीट) शिबिरात सहभागी व्हावं लागेल. या शिबिरात, तुम्ही प्रामुख्यानं दोन बाबी शिकाल- प्रत्येक क्षणी वर्तमानात जगण्याची कला कशी आत्मसात करावी आणि निर्विचार अवस्था कशी प्राप्त करावी.

३) प्राथमिक स्तरावर तुम्हाला काही प्रवचनं ऐकायची असून, त्यांतून तुम्ही मूलभूत

समज आत्मसात कराल आणि महाआसमानी शिबिरात प्रवेश करण्यासाठी तयार व्हाल.

हे शिबिर साधारणपणे एक-दोन महिन्यांच्या अंतराने आयोजित करण्यात येतं. यात हजारो सत्यशोधक सहभागी होतात. या शिबिराची तयारी दोन पद्धतींनी करू शकता. पहिली पद्धत- मनन आश्रम, पुणे येथे ५ दिवसीय शिबिरात भाग घेऊ शकता. दुसरी पद्धत- तेजज्ञान फाउंडेशनच्या जवळच्या सेंटरवर जाऊन सत्यश्रवणाद्वारेही करू शकता. महाराष्ट्रात अहमदनगर, सातारा, औरंगाबाद, नाशिक, नागपूर, वर्धा, अमरावती, चंद्रपूर, यवतमाळ, कोल्हापूर, सांगली, रत्नागिरी, लातूर, बीड, नांदेड, परभणी, पनवेल, मुंबई, ठाणे, सोलापूर, पंढरपूर, जळगाव, अकोला, बुलढाणा, धुळे, भुसावळ आणि महाराष्ट्राबाहेर सुरत, अहमदाबाद, बडोदा, नवी दिल्ली, बेंगलुरू, बेळगाव, धारवाड, रायपूर, भुवनेश्वर, कोलकाता, रांची, लखनौ, कानपूर, चंदीगढ, जयपूर, चेन्नई, पणजी, म्हापसा, भोपाळ, इंदोर, इटारसी, हर्दा, विदिशा, बुऱ्हाणपूर या ठिकाणी महाआसमानी शिबिराची पूर्वतयारी करू शकता.

तेजज्ञान फाउंडेशनमध्ये उपलब्ध असणाऱ्या सरश्रीलिखित पुस्तकांचं वाचन करून तुम्ही या शिबिराची पूर्वतयारी करू शकता. याशिवाय, तुम्ही रेडिओ किंवा यू ट्युबवरील सरश्रींच्या प्रवचनांचा लाभही घेऊ शकता. पण लक्षात घ्या, पुस्तकांतील ज्ञान, रेडिओ आणि यू ट्युबवरील प्रवचनं म्हणजे 'तेजज्ञानाची तोंडओळख' आहे; 'संपूर्ण तेजज्ञान' मुळीच नाही. तुम्ही महाआसमानी शिबिरात सहभागी होऊनच तेजज्ञानाचा आनंद घेऊ शकता. तेव्हा आगामी महाआसमानी शिबिरात सहभागी होण्यासाठी आजच संपर्क करा- 09921008060/75, 9011013208

महाआसमानी परमज्ञान शिबिरस्थान :

हे शिबिर पुण्यातील मनन आश्रम येथे आयोजित केलं जातं. येथे तुमच्या निवासाची आणि भोजनाची व्यवस्था केली जाते. तुम्हाला काही शारीरिक व्याधी असतील आणि त्यासाठी जर तुम्ही नियमितपणे औषधं घेत असाल, तर शिबिरात येताना ती सोबत बाळगावीत. शिवाय, वातावरणानुसार गरम कपडे, स्वेटर, ब्लँकेटही आणावं.

पुणे शहरापासून १७ किलोमीटर अंतरावर अत्यंत निसर्गरम्य परिसरात मनन आश्रम वसलेला आहे. आश्रमात महिला आणि पुरुष यांच्या निवासाची स्वतंत्र व्यवस्था असून येथे जवळपास ८०० लोकांच्या राहण्याची व्यवस्था आहे. आपण हवाईमार्ग, हायवे किंवा रेल्वे अशा कोणत्याही मार्गाने पुण्यात येऊ शकता.

मनन आश्रम : मनन आश्रम, पुणे, सर्व्हे नं. ४३, सणस नगर, नांदोशी गाव, किरकटवाडी फाटा, तालुका- हवेली, जिल्हा-पुणे-४११०२४. फोन : 09921008060

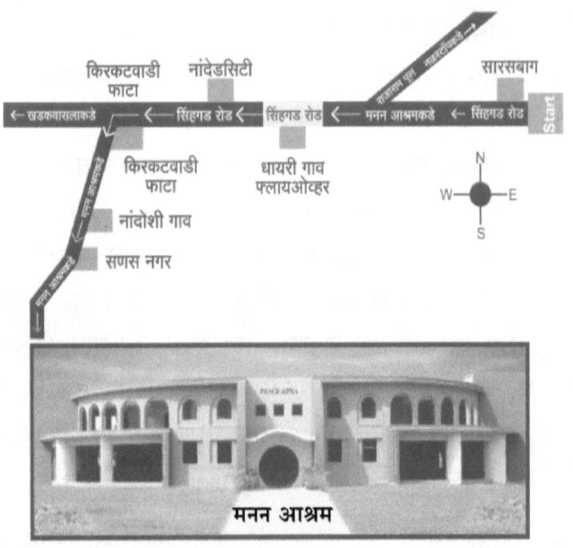

मनन आश्रम

आता एका क्लिकवर शिबिराची नोंदणी!

आता तुम्ही पुढील शिबिरांसाठी **ऑनलाइन** नोंदणी करू शकता.

महाआसमानी परमज्ञान शिबिर परिचय आणि लाभ (५ दिवसीय निवासी शिबिर)

मॅजिक ऑफ अवेकनिंग (केवळ इंग्रजी भाषिकांसाठी ३ दिवसीय महाआसमानी शिबिर)

आध्यात्मिक नींव स्थापना (किशोरवयीन मुलांसाठी मिनी महाआसमानी निवासी शिबिर)

 www.tejgyan.org

आनंदाचे रहस्य ❖ १४८

‘सरश्रीं’द्वारे रचित इतर पुस्तकं

जाऊ आनंदाच्या गावा
तोडू तणावाचा पिंजरा

पृष्ठसंख्या : २०० • मूल्य : ₹ १९५

Also available in Hindi

जीवघेणी स्पर्धा आणि त्यामुळे आपल्याला व्यापून टाकणारा तणाव, हे समीकरण आपल्या आयुष्याशी घट्ट जुळून बसलंय. त्याचे परिणाम आपल्या मनावर, शरीरावर आणि नातेसंबंधांवरही होतात. अनेकदा हा तणाव उग्र रूप धारण करतो आणि बघता-बघता आपल्या आयुष्याचा कब्जा घेतो. पण तणावाचं व्यवस्थापन करणं प्रत्येकाला शक्य आहे. कारण तणाव दूर करणारा डॉक्टर तर आपल्याच अंतरंगात आहे. तणावातून पूर्णतः मुक्त होण्याचा आत्मविश्वास जागवणारं हे पुस्तक म्हणजे आनंदी आयुष्याचं जणू गाईडच! सरश्रींच्या अमूल्य मार्गदर्शनावर आधारित असणारं हे पुस्तक आपल्या संग्रही असायलाच हवं.

पावसाळ्यात जसा ऊन-पावसाचा गमतीशीर खेळ चाललेला असतो तसंच माणसाच्याही आयुष्यात सुख-दुःख, समस्या, तणाव यांचं मजेशीर नाटक चाललेलं असतं. हिरव्यागार पानावर असलेल्या पांढऱ्या शुभ्र दबबिंदूकडे जर निरखून पाहिलं तर तो म्हणेल, ‘भल्या माणसा, तू इतका तणावग्रस्त कसा? बाहेरची सारी सृष्टी तर बघ... आनंदाने कशी न्हाऊन निघाली आहे, खुशीने अगदी बहरून गेलीय पण तू मात्र सतत तणावात राहून तुझ्यातील उत्साह, सृजनशीलता, इच्छाशक्तीच गमावून बसला आहेस. अरे, आकाशात असलेल्या इंद्रधनुष्याकडे नजर टाक. त्यातील मोहक रंगांचं अवलोकन कर. आनंदी जीवनाकडे झेप घ्यायलाच जणू ते तुला खुणावत आहे... अशाप्रकारे तणावातून मुक्त करून प्रेम, आनंद आणि मौन भरभरून प्रदान करणारं हे बहुमोल पुस्तक...

सुगंध नात्यांचा
सोनेरी नियमाची किमया

पृष्ठसंख्या : १८० ● मूल्य : ₹ १८०

Also available in Hindi

प्रत्येक कुटुंबातील सदस्यांना परस्परांविषयी प्रेम, जिव्हाळा आणि आपुलकी वाटत असते. खरंतर प्रेम, विश्वास आणि श्रद्धेच्या पायावरच परिवाररूपी मंदिराचा कळस चकाकत असतो. पण द्वेष, असूया, अविश्वास, गैरसमज, मत्सर आणि परस्परांना समजून न घेण्याची वृत्ती या मंदिराच्या पायालाच सुरुंग लावते. मग सुसंवादाची जागा वाद-विवाद घेतो आणि घराचं घरपण हरवतं. ज्या घरात पाय ठेवताच साक्षात स्वर्गात प्रवेश केल्याचा अनुभव मिळायचा, तेच घर मनाला नरकयातना देऊ लागतं. का हरवतो नात्यांमधला सुगंध? का सैलावते नात्यांची घट्ट वीण? नात्यांमधील जिव्हाळा पुन्हा अनुभवता येईल का? असा कोणता नियम आहे, जो परिवारातील सर्व सदस्यांना विनाअट प्रेम आणि विश्वासाच्या धाग्यात गुंफेल?

होय! प्रस्तुत पुस्तकाच्या रूपात नात्यांची वीण घट्ट करणारा, प्रत्येक नातं खुलवणारा आणि घराला स्वर्ग बनवणारा सोनेरी नियम तुम्हाला गवसणार आहे. हे केवळ पुस्तक नसून आयुष्यातील नातेसंबंध समृद्ध करणारं साक्षात ज्ञानामृतच! या पुस्तकाच्या निमित्ताने, तुम्ही प्रवास कराल वादविवादाकडून सुसंवादाकडे, नकारात्मक भावनेकडून उमेदपूर्ण उत्साहाकडे आणि नात्यांमधील पोकळपणापासून प्रेम, आनंद आणि शांतीकडे!

आनंदाचे रहस्य ◆ १५०

तेजज्ञान इंटरनेट रेडिओ

तेजज्ञान इंटरनेट रेडिओद्वारे २४ तास ३६५ दिवस, सरश्रींच्या प्रवचन आणि भजनांचा लाभ घ्या. त्यासाठी पाहा लिंक -
http://www.tejgyan.org internetradio.aspx

विविध भारती F.M. वर दर रविवारी
सकाळी १०:०५ ते १०:१५ वा.

नोट : *या कार्यक्रमांच्या वेळेत बदल झाल्यास नोंद ठेवावी.*

www.youtube.com/tejgyan च्या साहाय्यानेदेखील
सरश्रींच्या प्रवचनांचा लाभ घेऊ शकता.
For online shoping visit us - www.tejgyan.org,
www.gethappythoughts.org

आपणास हवी असलेली पुस्तकं घरपोच मिळण्यासाठी मनीऑर्डर पाठवा.
ही पुस्तकं आमच्या खर्चाने रजिस्टर्ड पोस्ट, कुरिअर आणि व्ही.पी.पी.द्वारे पाठवली जातील. त्यासाठी खालील पत्त्यावर संपर्क साधावा.

वॉव पब्लिशिंग्ज् प्रा. लि.

*रजिस्टर्ड ऑफिस : E- 4, वैभव नगर, तपोवनमंदिराजवळ, पिंपरी, पुणे -४११०१७

* पोस्ट बॉक्स नं. ३६, पिंपरी कॉलनी, पोस्ट ऑफिस, पिंपरी-पुणे - ४११०१७

फोन नं. : 09011013210 / 9623457873

आपण पुस्तकांची ऑर्डर ऑनलाईनही देऊ शकता.

लॉग इन करा - www.gethappythoughts.org

५०० रुपयांहून अधिक किमतीची पुस्तकं मागवल्यास १०% सूट मिळेल आणि डिलिव्हरी फ्री.

तेजज्ञान फाउंडेशनच्या मुख्य शाखा

- **पुणे :** (रजिस्टर्ड ऑफिस)
  विक्रांत कॉम्प्लेक्स, तपोवन मंदिराजवळ,
  पिंपरी, पुणे : 411 017.
  फोन : (020) 27412576, 27411240
- **मनन आश्रम :**
  सर्व्हे नं. ४३, सणस नगर, नांदोशी गांव,
  किरकटवाडी फाटा, तालुका : हवेली,
  जि. पुणे: 411 024. फोन : 09921008060

---

e-books

The Source ● Complete Meditation ● Ultimate Purpose of Success ● Enlightenment ● Inner Magic ● Celebrating Relationships ● Essence of Devotion ● Master of Siddhartha ● Self Encounter and many more.
Also available in Hindi at gethappythoughts.org

Free apps

U R Meditation & Tejgyan Internet Radio on all platforms like Android, iPhone, iPad and Amazon

e-magazines

'Yogya Aarogya' & 'Drushtilakshya'

emagazines available on www.magzter.com

e-mail

mail@tejgyan.com

Website
www.tejgyan.org, www.gethappythoughts.org

*** नम्र निवेदन ***

विश्वशांतीसाठी लाखो लोक दररोज सकाळी आणि रात्री ९:०९ मिनिटांनी प्रार्थना करत आहेत. कृपया, आपणही यामध्ये सहभागी व्हा.

www.ingramcontent.com/pod-product-compliance
Lightning Source LLC
LaVergne TN
LVHW040151080526
838202LV00042B/3108